Náðu tökum á listinni að samtala
25 sannreyndar aðferðir til að töfra og tengjast hverjum
sem er

Áletrun

Bókartitill: Master the Art of Conversation
Texti bókar: 25 sannreyndar aðferðir til að töfra og tengjast hverjum sem er
Höfundur: Natasha Tillett Slayton

Höfundur: Natasha Tillett Slayton
Tengiliður: wakdeamay@gmail.com

Náðu tökum á listinni að samtala

25 sannreyndar aðferðir til að töfra og tengjast hverjum sem er

Skrifað af
Natasha Tillett Slayton

Indlandi
2024

INNIHALD

Hvernig á að Never Hafa óþægileg samskipti

Allir vilja sýnast meira karismatískir. Allir vilja vera hrifnir og heillandi. Hefur þú einhvern tíma hugsað um hvað þessi orð þýða? Hvað gerir eina manneskju svona segulmagnaða og aðlaðandi á meðan önnur er leiðinleg eða pirrandi? Þú gætir fengið önnur svör í lok þessarar handbókar en þegar þú byrjaðir.

Við munum skoða þær meginreglur sem liggja til grundvallar betri samtölum, félagslegri vitund og greindri samkennd, til að hjálpa þér að eiga meira grípandi, tengdari samskipti, hvort sem það er við vini þína, samstarfsmenn eða rómantíska félaga.

Stærsta hindrunin fyrir því að verða karismatísk og heillandi manneskja er misskilningur á því hvað þokki er. Þú þarft ekki að vera góður samtalsmaður eða innhverfur.

Byrjum.

Endurspegla mig

Hefur þú einhvern tíma séð hvernig móðir hefur samskipti við barnið sitt? Þau stara á hvort annað og móðirin magnar upp hvaða hávaða eða svip sem barnið gefur frá sér.

Jafnvel - barnið horfir á, heilluð. Þú ert vitni að frumstæðu og fornu formi sem tegundin okkar hefur notað frá upphafi.

Oft er litið á samtal sem eitthvað sem gerist munnlega, en hin raunverulegu félagslegu tengsl hefjast löngu áður en nokkur orð eru sögð. Þetta er þar sem speglun kemur inn. Menn, sem félagsdýr, hafa þróað hæfileikann til að fylgjast með og aðlaga sig í félagslegum aðstæðum. Þetta gerir það að verkum að við upplifum okkur meira heyrt, skilið og hluti af hópnum.

Speglun er þegar við líkjum eftir orðlausum eða munnlegum samskiptum annarra. Það gæti verið eins einfalt og að líkja eftir líkamstjáningu eða líkamsstöðu viðkomandi, eða nota svipuð orð, beygingar eða tal. Eða það gæti jafnvel verið að samþykkja svipuð andlitsviðbrögð til að passa við þeirra. Við gerum það svo eðlilega að við þurfum ekki að segja okkur hvað við erum að gera. Það sem við erum venjulega að reyna að segja er: Ég skil þig. Ég skil. Ég skil.

Speglun er ekki bragð. Það er undirstaða góðra samskipta og samkenndar. Ímyndaðu þér hvernig það er þegar fólk endurspeglar sig ekki. Þú gætir fundið fyrir viðkvæmni og uppnámi. Sá sem þú ert að tala við svarar ósvífni. Rödd þeirra er háværari, tónninn er slakari og líkamsmálið kraftmeira. Þú myndir ekki halda að þeir væru að fylgjast með, er það?

Ímyndaðu þér að þú sért að deila góðum fréttum með einhverjum og þeir sýna ekki sömu spennu með rödd sinni, andlitssvip eða orðum. Þú veist kannski að þeir eru ekki eins spenntir og þú, en neitun þeirra við að spegla spennuna þína er merki um virðingarleysi.

Speglun er frábær leið til að miðla trausti, virðingu og tengingu. Það er ekki nauðsynlegt að nota það en það gerir samskipti mun auðveldari. Það eru meira að segja til vísindalegar sannanir fyrir þessu. Í 2008 rannsókn sem birt var í Journal of Experimental Social Psychology voru 62 nemendur beðnir um að semja. Nemendur sem notuðu speglun gátu náð upplausn 67% tilvika en þeir sem spegluðu ekki náðu aðeins lausn 12,5% tilvika.

Curhan o.fl. birti svipaða grein árið 2007. Í Journal of Applied Psychology kom í ljós að speglun almennt spáði fyrir um betri samningaviðræður - með þessum áhrifum þegar komið var fram á fyrstu fimm mínútum samtals. Það er ekki erfitt að sjá hvers vegna: Hvað gæti verið gagnlegra fyrir samningaviðræður en sterk samskipti um samkennd og líkindi milli tveggja aðila.

Speglun er leið til að auka það sem þú ert nú þegar að gera náttúrulega. Það hlýtur að vera eðlilegt. Hér eru nokkur dæmi.

Viðskiptavinur hringir inn til að kvarta. Þó að þér finnist kvörtunin léttvæg eru þau greinilega í uppnámi. Þú velur að tala eins og þeir gera. Þú lætur falla og talar af meiri alvöru. Þú talar hægar vegna þess að þeir tala hægt. Þú sýnir manneskjunni hvað þú meinar í stað þess að segja "ég skil hvaðan þú kemur".

Með því að muna það sem þeir eru að miðla. Þetta er munnleg spegill.

Þú ert á stefnumóti og vilt láta hinn aðilinn vita að þú hafir gaman af þeim. Þú tekur eftir því að þeir bursta stundum hönd sína á handlegg eða öxl þegar þú ert úti að labba. Þú gerir það sama nokkrum mínútum síðar. Hið óorðna merki er skýrt! Þú hallar þér yfir borðið þegar þú ert að tala og þeir gera það sama. Þú brosir og hlær líka. Þið eruð að verða hvort annað ómeðvitað

Eftir því sem við eldumst verðum við meðvitaðri um „dýnamíska tengingu" og aðlögun. Þessi óorða samstilling er undanfari augljósara

Síðar muntu upplifa samstillingu og sálræn fyrirbæri.

Þú ert hjá ísmeðferðaraðilanum og þú ert að tjá óþægilegar tilfinningar. Meðferðaraðilinn líkir ekki nákvæmlega eftir orðum þínum eða líkamlegri líkamsstöðu heldur segir: "Ég skil hversu erfitt þetta er fyrir þig," og breytir framkomu sinni í samræmi við það. Ef hann hefði ekki verið

Ef þú værir að brosa frá eyra til eyra eða hefði leitt út fyrir að vera leiðinlegur, þá hefði það látið þig líða óséður og vanvirða. Emotional Mirroring er

Það hljómar eins og að halda uppi spegli í myndlíkingu við tilfinningalegt ástand einhvers, eins og að segja: "Ég sé hvernig þér líður." En stundum er bara spurning um að hlusta virkan án þess að trufla og umorða svo það sem við höfum heyrt.

Speglun er frábær leið til að láta fólk líða að sé séð og heyrt á þann hátt sem það er kannski ekki einu sinni meðvitað um, en mun samt láta það líða hlýtt og opið fyrir þér. Margir halda að gott samtal snúist um að vera fyndinn eða gáfaður. Það sem raunverulega tengir fólk við þig er hins vegar samstilling. Ertu á sömu bylgjulengd og þeir? Skilur þú? Það er meira tilfinningalegt en munnlegt eða vitrænt samband.

Speglun getur farið úrskeiðis. Ekki ofleika það, eða gera hlutina óþægilega með því að vera augljósir. Ef fólk veit að þú ert að „afrita" geta niðurstöðurnar verið hörmulegar. Þú ættir aldrei að spegla einhvern þegar þú ert ekki trúlofaður. Það mun virðast stjórnandi. Það getur líka verið gott að forðast að líkja eftir líkamstjáningu eða tali í átökum. Það er augljóst að þú vilt ekki að einhver líki eftir augnrúllu þinni, upphleyptri rödd, blóti eða húllumhæ! Gerðu það sem þú getur til að sýna að þú skiljir tilfinningar þeirra án þess að verða reiður, í uppnámi eða dónalegur.

Speglun virkar best þegar það er gert einn á móti. Þegar þú ert í hópi er betra að meta skapið og stilla orðlaus og munnleg tjáning til að passa við það. Ef allir eru orkulítil, frjálslegir, ekki tala hátt eða æsa sig. Ekki láta þig trufla þig af samtalinu. Þú gætir getað tekið eftir því að einhver speglast af þér - eða að hinn aðilinn bregst ekki vel við þegar þú speglar hann.

Þú getur valið að spegla munnlega, óorðlega eða tilfinningalega (eða jafnvel öll þrjú!) Byrjaðu smátt og hreyfðu þig hægt. Tengstu hægt og stöðugt.

einlæglega. Fylgstu með áhrifunum sem þú hefur og gerðu breytingar í samræmi við það. Þú gætir komist að því að þegar þú líkir eftir líkamsstöðu einhvers skiptir hann samstundis yfir í aðra. Í þessum aðstæðum, snúðu hlutunum niður!

Það er mikilvægt að hafa í huga að speglun er ekki eitthvað sem þú gerir með einhverjum. Það er ekki eitthvað sem þú gerir einhverjum.

Þú gerir saman við einhvern. Speglun hjálpar þér að halda athygli þinni á hinum aðilanum.

Notaðu regluna um þrjú

William James, sem er almennt álitinn einn af stofnendum sálfræðinnar, hélt því fram að "dýpsta þrá hvers manns væri að vera metin." Samtöl fara oft úrskeiðis vegna þess að við erum of upptekin af eigin lífi til að taka eftir eða kunna að meta aðra!

Karl Albrecht, stjórnendaþjálfari, hefur þróað formúlu til að hjálpa þér að sigrast á þessari tilhneigingu og taka þátt í raunverulegri samtölum. Hann telur að öll samtöl séu byggð upp af þremur þáttum:

Yfirlýsingar eru staðreyndir eða skoðanir sem eru settar fram sem staðreyndir.

Spurning

Kvalir eða "mýkingarefni".

Þessi regla segir að þú ættir aldrei að nota þrjár yfirlýsingar án undankeppni eða spurningar. Þetta gerir okkur kleift að tala við fólk, en ekki við eða . Vertu alltaf meðvitaður um að meirihluti samtöla er ekki munnleg. Þeir munu ekki aðeins heyra það sem þú segir, heldur einnig hversu mikils þeir virða og meta þá. getur sagt það rétta, en ef samtalið líður ekki vel mun það misheppnast!

Skoðaðu nánar. Yfirlýsingar eru staðreyndir. Þeir eru raunsærri þegar fólk lætur eins og eitthvað sé satt. Þú gætir hafa tekið eftir því að tiltekið fólk virðist halda fyrirlestra eða standa upp á sápukassa. Ef öll samræðuskráin þín er yfirlýsing, þá er þetta það sem þú munt fá. Vandræðin með

Skoðanir eru oft settar fram með meiri vissu en nauðsynlegt er. Til dæmis, "Bretland átti aldrei byltingu eins og Frakkland", eða "Þú værir hálfviti ef þú borðaðir glúten í dag". Þú gætir leiðst, pirrað eða vanvirt áhorfendur þína, sem eru í raun ekki „áhorfendur".

Þú þarft ekki að yfirgefa alla ástríðu þína, skoðanir og sjónarmið - þú verður bara að halda þeim í jafnvægi. Þú getur gert þetta með því að spyrja yfirvegaðra spurninga. Það er frábær leið til að sýna einhverjum öðrum áhuga, miðla virðingu og vera opinn. Þetta sýnir að samtalið er meira en bara tækifæri fyrir þig til að tjá þig - það er samvinnu. "Ég er franskfílingur - bjóstu þar lengi?"

Ef þú ert að fara að lýsa yfir einhverju í þriðja skiptið eða oftar skaltu hætta og spyrja sjálfan þig spurningar í staðinn. Spyrðu, í stað þess að segja "umræðan um forsetakosningarnar var klúður," "hvað finnst þér um það?"

Þú getur líka notað nokkur skilyrði eða mýkingarefni. Þetta er eins og að segja það sem þér finnst eða lýsa yfir einhverju án þess að hamra fólk í andlitið með því. Flest okkar þurfa að læra hvernig á að gera þetta. Þetta er meira en bara góður siður. Það sýnir að þú virðir skoðanir annarra, jafnvel þótt þú sért ósammála þeim. Sem dæmi:

Notaðu setningar eins og „það virðist" eða „ég gæti haft rangt fyrir mér en

Þetta sýnir virðingu fyrir öðru fólki, jafnvel þótt það sé ósammála þér. Þetta sendir skilaboð um að þú metur tilfinningar annarra og samband þitt við þá fram yfir þína eigin þörf fyrir að sjást eða heyrast á ákveðinn hátt.

Þessa þriggja reglu er auðvelt að nota. Þú getur byrjað á því að taka eftir hlutföllum þessara þriggja þátta í daglegu samtölum þínum.

Taktu eftir því hvernig annað fólk talar. Þú ættir líka að borga eftirtekt til hvernig þú sjálfur talar. Athugaðu hversu mikið af samtalinu þú hafðir gaman af var lýsandi.

Þú gætir freistast til að útskýra skoðanir þínar, sérstaklega ef það er eitthvað sem þú hefur brennandi áhuga á eða efni sem þú veist mikið um. Mundu bara að tilgangur umræðu er ekki að útskýra skoðun þína. Ef þú hlustar á báðar hliðar sögunnar mun það láta þig virðast samúðarfyllri, heillandi og viðkunnanlegri. Þú trúir því kannski ekki, en þessi regla mun gera samtöl skemmtilegri fyrir þig og þig.

Þegar þú spyrð hæfilegrar spurningar eða notar undankeppni muntu strax láta aðra finna að þeir séu séðir og vel þegnir. Þetta mun láta þig virðast meira sjarmerandi og aðlaðandi. Fólk reynir oft að vera heillandi, en endar með því að drottna yfir samtalinu með því að reyna að koma fram á ákveðinn hátt. Fólk laðast að fólki sem lætur öðrum líða vel. Svo einfalt er það!

Mundu að samtal er ekki einföld staðreyndaæfing eða keppni til að ákvarða hver er klókastur. Þetta snýst allt um að tengjast. Spyrðu spurningu næst þegar þér finnst eins og samtal sé að fara hvergi. Þú gætir uppgötvað að áhugaverðustu og bestu samtölin þín eru þau sem þú gefur mjög fáar yfirlýsingar.

Forðastu smáræði með "ARE" aðferðinni

"Hatar þú smáræði" eins og margir? Það er mögulegt að þú sért ekki andvígur smáræði, en þú skilur bara ekki og hvernig virkar. Það er satt að það getur verið óþægilegt að hefja samtal og það getur jafnvel verið þreytandi. En sannleikurinn er sá að það þarf ekki að vera það. ARE aðferðin mun taka verkið úr smalltalk og hjálpa þér að komast að áhugaverðu efninu, þ.e. Síðar í bókinni munum við sjá að smáræði er ekki alltaf nauðsynlegt ...)

ARE aðferðin var búin til af Dr. Carol Fleming og er skammstöfun sem gerir það auðvelt að muna þrjú einföld skref:

A = Akkeri

Byrjaðu á einhverju sem tengir þig við manneskjuna. Leitaðu að einhverju sem þú átt sameiginlegt með manneskjunni, sama hversu langt í burtu hún kann að vera. Þú þarft ekki að vera snjall, eða jafnvel fyndinn. Það þarf bara að vera eðlilegt. Þú munt koma út fyrir að vera stressaður og óeðlilegur ef þú heldur að þú þurfir að nota snjalla "pick-up línu" eða álíka.

Þú getur notað þessa setningu á ýmsa vegu.

R = Sýna

Eftir að þú hefur stofnað samband er kominn tími til að sýna eitthvað um sjálfan þig sem tengist akkerinu. Þú gætir sagt "Ég hef alltaf elskað tiramisu, og ég get þakkað ítölsku ömmu minni fyrir það!" Eða "ég er ekki héðan svo ég held að mér líkar samt ekki við kalt veður ..."

E = Hvetja

Þú getur beðið viðkomandi um að segja þér aðeins frá sjálfum sér. Hvað með þig? Hver er uppáhalds eftirrétturinn þinn?

Það er allt og sumt. Frá þeim tímapunkti mun hinn aðilinn hafa nógu góða opnun til að segja eitthvað til að koma hlutunum af stað. Það er mikilvægt að hafa í huga að ekki þarf að fylgja ARE tækninni út í bláinn. Þú getur valið að byrja með akkeri og gera hlé til að bíða eftir svari, birta svo hugmyndina þína, gera hlé aftur og hvetja frekar en að halda ræðu í einu.).

Þú gætir samt verið ruglaður um og hvað er. Það er skammstöfun sem getur hjálpað þér með þetta líka! Þessi skammstöfun er kölluð FORM

F = fjölskylda

Það er alltaf öruggt umræðuefni. Hvað eiga þau mörg systkini? Krakkar? Börn?

O = Atvinna

Þú þarft ekki að spyrja „hvað gerir þú?"), heldur frekar nákvæmari spurningar eins og „Hver er uppáhaldshlutinn þinn í starfi þínu?" eða „Hversu heillandi! Þú vildir alltaf verða dáleiðsluþjálfari fyrir hunda?

R = Afþreying

Þú getur spurt um áhugamál þeirra, kvikmyndir, bækur, ferðalög eða bara hvað þeir gera í frítíma sínum. Þú gætir spurt um óskir þeirra og smekk.

M = Hvatning

Einnig, hver eru markmið þeirra, áætlanir og framtíðarsýn? Þetta er spurning um hvað er mikilvægt fyrir þá og hvað hvetur þá.

Auðvitað er hægt að sameina allt ofangreint. Þú gætir til dæmis sagt "Vá! Fjögur systkini!" Ég kem líka úr stórri fjölskyldu. Þú getur sameinað fjölskyldu og hvatningu með því að spyrja: "Heldurðu að þú eigir mörg börn þegar þú ert eldri?" Þú getur líka sagt: "Ég hef aldrei hitt ljóðakennara áður. Finnst þér gaman að lesa ljóð í frítíma þínum?" Þetta er sambland af atvinnu með afþreyingu.

Þú ættir að vera meðvitaður um að einhver óþægindi geta gerst, en þú ættir ekki að hafa áhyggjur af því. Flestir munu svara jákvætt ef þú brosir og ert forvitinn. Að segja nafnið þitt mörgum sinnum mun hjálpa fólki að muna það.

Þú getur líka munað ákveðna smáatriði af því sem þeir sögðu þér næst þegar þú sérð þá. "Ó, halló aftur! "Hvernig var útskrift dóttur þinnar?

Jafnvel þó að þú sért að gera allt rétt, getur verið að smáspjall fari ekki í gang og þú munt finna að þú viljir skjól. Það er allt í lagi! Þetta er frábær leið til að komast út úr samræðum. Þú getur fundið til afsökunar, en ekki gleyma að nota orðið „þörf". Til dæmis: "Jæja, það hefur verið frábært að spjalla við þig, en ég verð að fara að kíkja á börnin mín, því þú veist hvernig þau geta verið!" Eða "Ó, afsakaðu mig. Ég verð að fara að heilsa vini sem ég hef ekki séð í langan tíma." Ef þú vilt geturðu líka sléttað út brottförina með því að segja eitthvað fallegt sem endurtekur það sem þú talaðir um. Það var frábært að hitta þig! Gangi þér vel á morgun!

Notaðu 1 mínútu regluna til að forðast löng svör

Þetta er óþægilegur sannleikur, en ef þú getur sætt þig við hann muntu verða betri samskiptamaður á einni nóttu. Annað fólk hefur ekki eins áhuga og þú trúir á að hlusta á þig tala um sjálfan þig. Það er sorglegt en satt! Þú munt aldrei efast um það ef þú hefur í huga hversu leiðindi þér leiðist þegar fólk talar endalaust um sjálft sig.

Marty Nemko segir að hann hafi „umferðarljósareglu" sem mun hjálpa þér að bæta samtalið þitt, sérstaklega ef það er rösk. Hver eru merki þess að þú sért "rafari"? Ef þér finnst fólk hunsa þig er það viðvörunarmerki. Sagan þín er líklega áhugaverð og viðeigandi. Þú tekur bara of mikinn tíma til að segja það.

Ósögð regla: Gerðu ráð fyrir að þú hafir eina mínútu til að útskýra mál þitt. Láttu svo samtalið halda áfram. Þú getur gert ráð fyrir að ljósið verði grænt fyrstu 30 sekúndurnar og að þú sért að koma skilaboðum þínum á framfæri.

Athygli hlustanda. Ljósið verður gult á 30 sekúndum og athygli hlustandans gæti farið að minnka. Eftir 1 mínútu verður ljósið rautt, sem gefur til kynna að þeir séu ekki lengur að hlusta.

Við getum auðveldlega gleymt tímanum þegar við erum að segja sögu því það er skemmtilegra að segja en hlusta. Íhugaðu að uppistandsmyndasögur geta eytt mánuðum í að vinna á „tight five" - þ.e. leikmynd er fimm mínútna ræðu. Jafnvel fagmenn sem leggja mikið á sig geta stundum ekki haldið athygli áhorfenda lengur en í 5 mínútur.

Þú þarft ekki að vera meðvitaður um að skoða úrið þitt á meðan þú talar. Það gæti verið gagnlegt að æfa sig aðeins sjálfur með því að nota tímamæli til að fá hugmynd um lengd mínútu. Þú getur líka hlustað á áhorfendur. Haltu áfram ef þeir eru hrifnir af því að hlusta eða hlæja og biðja þig um að halda áfram. Þú ættir að hætta ef þeir fara að fikta eða leiðast. Ef þeir byrja að sýna þreytumerki skaltu hætta. Þú munt bara vinna þér inn orðspor vægðarlausrar leiðinda.

Þú þarft ekki að þola röfl frá öðrum heldur. Við viljum ekki alltaf láta samtalstakkann fara framhjá því við erum hrædd um að við fáum ekki annað orð. Mundu að samtal felur ekki í sér togstreitu, heldur vináttuleik í tennis.

Þú ert ekki að spila leik ef þú hefur boltann í hendinni allan tímann. Þú getur alltaf talað seinna ef þú vilt. Ekki láta hugfallast ef þú ert spjallari og finnst þú hafa fullt af áhugaverðum upplýsingum að bjóða. Ef þú ert grípandi mun fólk hlusta meira á þig. Ef þig grunar að öðrum finnist ræðan þín brjáluð og leiðinleg eru hér nokkur ráð:

Halda að fólk vilji meira. Ekki deila öllu í einu. Ef þú ert forvitinn, láttu aðra spyrja. Sumt fólk mun hlusta meira á þig þegar þú talar.

Skildu eftir nokkra hluti ósagða. Þú getur sagt "Jæja, mundu eftir mér einn daginn og ég skal segja þér frá þessu", og viðkomandi mun ekki ýta á þig til að halda áfram.

Ef þú útskýrir það ekki nánar geturðu endað söguna án ótta og haldið áfram.

Hægðu á þér. Þó að það kunni að virðast gagnsæi skaltu ekki flýta þér að koma sjónarmiðum þínum á framfæri. Einbeittu þér að flutningi ræðu þinnar og stilltu rödd þína til að gera hana áhugaverða.

Áður en þú talar skaltu stoppa og hugsa. Það er ekki nauðsynlegt að undirbúa ræðu fyrirfram, en þú ættir ekki að opna munninn og byrja að tala og ákveða síðan hvað þú átt að segja. Það er gott að venja sig á að þegja í stað þess að nota orð eins og „um“.

Ímyndaðu þér að þú sért að tala við einhvern og samtalið er blaðra sem svífur í loftinu. Í hvert skipti sem þú skoppar blöðruna með hendinni mun hún fljóta hærra upp, en byrja strax að sökkva. Góðar samræður eru líflegar og allir skiptast á að skoppa blöðruna. Það lækkar aldrei of lágt. Slæm samtöl eru þau þar sem einhver heldur á blöðrunni, hún dettur til jarðar eða viðkomandi skoppar blöðruna einn, án þess að láta neinn annan fá tækifæri. Það mun enginn hafa áhuga á að standa og horfa, er það.

Samantekt:

Meirihluti fólks er ekki heillandi þegar það talar vegna þess að það skilur ekki hvað heilla er. Hver sem er getur þróað karisma sinn með nokkrum tilteknum hæfileikum.

Speglun er frábær leið til að sýna að þú sért tengdur og skilur hinn aðilann. Speglun, hvort sem það er í orði, óorði eða tilfinningalega, getur hjálpað þér að byggja upp samband við hinn aðilann.

Þrír regla Albrechts getur hjálpað þér að hafa yfirvegaðari umræður, þ.e.a.s. að hlusta er lykillinn að jafnvægi í samtali. Þú getur notað yfirlýsingar (staðreyndir, skoðanir eða spurningar tilgreindar sem staðreyndir), Spurningar eða Qualiiers ("mýkingarefni") í ræðu þinni. Best er að forðast að nota fleiri en þrjár fullyrðingar í einni setningu. Spyrðu frekar spurningu til að koma jafnvægi á hlutina.

ARE aðferðin getur líka hjálpað þér að ná tökum á smáræðum. Það stendur fyrir "Akkeri, opinbera og hvetja". Fyrsta skrefið er að bera kennsl á reynslu sem þú átt sameiginlega með hinum aðilanum. Næst skaltu afhjúpa eitthvað um þitt eigið líf sem tengist þessu akkeri. Að lokum, hvettu þá til að deila reynslu sinni.

Þegar þú ákveður smáræðuefni skaltu nota skammstöfunina FORM. Þetta stendur fyrir Fjölskylda, Atvinna (starf), Afþreying (áhugamál, áhugamál) og Hvatning.

Mundu einnar mínútu umferðarljósaregluna til að forðast löng, langdregin svör. Þú getur talað frjálslega fyrstu 30 sekúndurnar. Næstu 30 sekúndur eru appelsínugul ljós, svo vertu meðvituð um dvínandi athygli. Eftir eina mínútu muntu líklega missa áhuga áhorfenda. Hafðu það stutt.

Félagsleg tengsl og Ego Suspension

Við munum koma aftur og aftur að þema tengingar aftur og aftur í þessari bók. Það kemur allt að því hvernig við lítum á tilgang samtals. Við hegðum okkur öðruvísi þegar við lítum á samtal sem tækifæri til tengingar, leiks og þakklætis, sem og ekta tilfinningaskipta.

Robin Dreeke, hegðunar- og mannleg leiðbeinandi hjá FBI gagnnjósnaþjálfunarmiðstöðinni skilur mikilvægi þess að stöðva egóið meðan á áhrifaríkum samtölum stendur. Það er einfalt, en það er ekki auðvelt að fresta egóinu þínu. Þú verður að taka þarfir og óskir annarra framar þínum eigin.

FBI fulltrúar skilja að það er ekki þeirra hlutverk að hafa rétt fyrir sér þegar þeir eru að afla upplýsinga. Það er alltaf þeirra verk að fá upplýsingar. Við erum ekki FBI yfirmenn, en við viljum samt eiga betri samtöl. Það þarf hugrekki til að stíga tímabundið inn í heimsmynd annars vegna þess að við viljum öll finnast við stjórn og rétt. Það er kaldhæðnislegt að ego fjöðrun getur í raun verið gagnleg.

Þetta er fljótleg leið til að ná meiri stjórn á samtali og láta í sér heyra.

Dreeke segir: "Oftast af þeim tíma, þegar tveir einstaklingar taka þátt í samræðum, bíða þeir þolinmóðir eftir að hinn ljúki við að segja sögu sína." Hinn aðilinn segir síðan sína eigin sögu. Þetta er venjulega um svipað efni, og í mörgum tilfellum, til að reyna að hafa áhugaverðari og betri sögu. Fólk sem ástundar góða sjálfsfjöðrun mun hvetja aðra til að segja sögur sínar og hunsa eigin löngun til að segja það sem þeir trúa að sé frábær saga.

Hvenær gerðirðu þetta síðast? Okkur finnst öllum gaman að trúa því að við séum gaum og samúðarfull, en gerum við það í raun og veru?

Þegar þú verður meðvitaður um að þú ert að fara inn í "yfirlýsingarham", taktu eftir því augnabliki sem þú byrjar að hlaða upp sögusögn. Veldu síðan að sleppa því vísvitandi. Sökkva þér smá stund niður í sögu einhvers annars. Þú þarft ekki að tileinka þér eða vera sammála sögunni. Þú verður bara að skemmta þér. Hlustaðu bara.

Þegar það er gert á réttan hátt finnur fólk að samtöl við aðra eru ekki bara áhugaverð heldur líka dýrmæt - jafnvel þegar það snýst ekki um þá. Þú gætir haft "upplýsingaþráhyggju" hvöt - löngun til að segja sögu sem er óljóst tengd því sem hefur verið sagt. Reyndu að skilja sjónarhorn hins aðilans í stað þess að bæta við þínu eigin.

Ímyndaðu þér að þú sért blaðamaður sem er að fá alla söguna (eða FBI umboðsmaður!). Ímyndaðu þér að þú gætir lært eitthvað nýtt af manneskjunni sem þú ert að tala við, eða sjónarhorn þeirra á efni er blæbrigðaríkara og áhugaverðara en þitt - en aðeins ef þú stöðvar egóið þitt um stund.

Þú getur samt stöðvað egóið þitt jafnvel þó það sé sársaukafullt í fyrstu.

Segðu „já og" í stað „já en" (við munum skoða þessa gagnlegu tækni síðar í textanum). Það er leikjaskipti. Forðastu að leiðrétta smáatriði eða bæta við gagnslausri staðreynd til að sanna að þú sért fróður. Ef þú ert ósammála, gerðu það að viðbótarstaðreynd, ekki mótsagnakenndri staðreynd: "Já, ég er sammála, við ættum ekki að hafa áhyggjur af mikilli ofeyðslu." Ég held að við getum hæglega aukið fjárveitinguna um 10% til að mæta hugsanlegum vankantum.

Jafnvel ef þú vilt sýna samstöðu skaltu standast hvötina til að tengja sögu þeirra við þína. Þegar einhver segir "Jæja, fjölskyldan mín er upprunalega frá Malasíu", ekki segja þeim frá fríinu þínu í Malasíu. Bjóddu þeim að útskýra nánar. Þú getur ýtt undir sjálfsmynd einhvers með því að segja: "Vá! Svo þú ólst þar sem krakki?"

Prófaðu staðfestingu án dóms. Það skiptir ekki máli hvort þú ert sammála eða ósammála. Þú getur einfaldlega tjáð áhuga þinn á manneskjunni sem þú ert að tala við og hvernig þú virðir og viðurkennir sjónarmið hans.

Það er mikilvægt að hlusta vel og ekki bara í leiðinni "jæja, þú átt rétt á þér, býst ég við"! Gefðu samtalinu alla athygli þína, svaraðu af einlægni og hlustaðu sannarlega á það sem sagt er. Bara gleypa það sem einhver segir án þess að dæma, túlka eða bregðast við. Ímyndaðu þér að þú sért í návist áhugaverðustu og mikilvægustu manneskju í heimi. Það mun breyta samtölum þínum meira en þú gætir ímyndað þér.

Að skilja þrjú stig í samskiptum

Hvað sérðu þegar þú sérð sjálfan þig í samtali og finnst þú vera algjörlega heillandi og þykja karismatískur? Þú gætir hugsað um einhvern sem er öruggur, djarfur og gallalaus ... eða jafnvel svolítið hrokafullur. Þú hugsar líklega ekki um varnarleysi þegar þú hugsar um sjarma og karisma.

Þetta er fyrir þig ef þú ert einn af þeim sem getur talað saman og þú ert nógu vingjarnlegur, en þú virðist aldrei fara út fyrir fínleikana í dýpri persónuleg tengsl. Flestir halda að það að vera félagslega duglegur snýst allt um varnarleysi. Þeir trúa því að þeir verði að vera svalir, rólegir og sjálfsöruggir. Það er öfugt!

Tenging og varnarleysi eru nátengd. Þú getur hugsað um samband sem gráðu. Þú getur kynnst einhverjum í áföngum. Fyrst lærirðu aðeins um þau og eykur síðan nánd þína. Hvernig geturðu brúað það bil? Þú getur gert þetta með því að auka smám saman fjölda augnablika þegar þú opinberar sjálfan þig (þ.e. deila varnarleysi).

Stig 1: Létt birting

Þú þarft að vera berskjaldaður til að vekja traust og láta fólk líkjast þér. Þú kafar ekki strax - byrjaðu með léttri birtingu og vinnðu þig upp.

Ímyndaðu þér að þú sért vinur sem er tiltölulega nýr og þú vilt deila leyndarmáli eða vandræðalegri sögu úr fortíð þinni. Þú gætir játað smávægilegan galla eða skaðlausan galla.

óvænt. Það er í rauninni sama hver sagan er. Það er mikilvægt að vita tilganginn á bak við söguna: Hinn aðilinn mun skilja skilaboðin. Hér er ég að opna mig fyrir þér, ég treysti þér... Þetta er alhliða merki um að þú viljir efla tengingu þína varlega.

Reyndu að vera aðeins opnari með nýjum vinum þínum og kunningjum. Veldu eitthvað sem tengist og fjörugt.

Finnst þér það slæmt?" „Ó, heldurðu að þetta sé slæmt?" Gælunafnið mitt var Jaws ..."

Stag2: Miðlungs upplýsingagjöf

Þú getur tekið hlutina á næsta stig ef (og aðeins þegar) er vel tekið á móti þér eða ef einhver annar bregst við með því að opinbera sína eigin reynslu. Þetta er hægt að gera með því að deila hugmyndum, skoðunum og skoðunum sem standa þér hjartanlega nærri eða deila persónulegri reynslu. Miðlungs upplýsingagjöf er alvarlegri, þar sem þú ert að sýna hið raunverulega þig. Létt birting getur verið fjörug og skemmtileg. Ef þú gerir þetta sýnir það að þú treystir hinum aðilanum og ert til í að tengjast þrátt fyrir möguleikann á að vera dæmdur.

"Trú mín hefur alltaf verið mjög mikilvæg í lífi mínu. Það eru ekki margir sem vita af þessu."

Stig 3: Mikil upplýsingagjöf

Það er öflugt að opna sig og deila ótta þínum, veikleikum, örum og varnarleysi. Þetta mun hjálpa þér að byggja upp samband, traust og hlýjar tilfinningar. Það er merki um velvilja og trú að sleppa vaktinni í návist einhvers. Þetta hvetur þá oft til að gera slíkt hið sama. Þú pantar þetta stig aðeins fyrir þá sem þú vilt hafa náinustu tengslin við og hafa unnið sér inn það.

Satt að segja fannst mér eftir skilnaðinn að ég vildi ekki halda áfram. Það tók mig langan tíma að komast upp úr myrku holunni."

Hér er það sem þú ættir að vita um mismunandi stig upplýsingagjafar. Þú þarft að fara varlega. Byrjaðu hægt og smám saman auka upplýsingagjöfina. Þú getur ekki byrjað á stóru dótinu og síðan farið upp.

Uppljóstrun gerir fólk sérstakt. Það skapar tengsl og vináttu milli þín og þeirra, auk einkaklúbbs. Þú ættir ekki að segja öllum allt!

Uppljóstrun er eins og salt: of mikið eða of lítið og þú eyðileggur réttinn. Manneskjan er byggð til að hafa tilfinningatengsl, samkennd og vináttu. Það þýðir ekki endilega að við vitum hvað er! Þú gætir verið berskjaldaður og berskjaldaður ef þú finnur sjálfan þig ófær um að fara út fyrir "kunningjastigið".

Engin djúp tenging er hægt að gera án varnarleysis og áhættu. Fólk getur sært þig þegar það veit sannleikann um hver þú ert, en það er hluti af nánd. Það er þess virði. Hvernig á að láta upplýsingagjöf þína virka fyrir þig

Skoðaðu núverandi sambönd og vináttu sem þú hefur og ákvarðaðu hvar þú ert. Veldu nokkra einstaklinga sem þú vilt komast nær og veldu síðan tíma til að sýna þeim þitt sanna sjálf.

Fylgstu með viðbrögðum þeirra. Til hamingju ef þeir bregðast við eða endurgjalda hlýlega! Til hamingju! Þú hefur bara bætt sambandið þitt. Ekki örvænta ef þeir gera það ekki. Þú getur alltaf dregið þig til baka. Ekki gefa upp aftur fyrr en þeir gefa til kynna að þeir vilji fara. Þú getur tekið útreiknaða sénsa, en ekki hafa áhyggjur ef þú missir marks eða hittir einhvern sem er dálítið kaldur.

Það eru nokkur atriði sem þarf að varast. Forðastu að henda óviðeigandi eða óviðeigandi efni í kjöltu vinar, sérstaklega ef þú átt ekki von á því. Þú ættir samt að nota góða dómgreind og ráðdeild þegar þú opinberar persónulegustu vandamálin þín. Því oftar sem uppljóstranir eru, því meiri er varnarleysið. Margir nota áföll sín til að öðlast félagslegan gjaldmiðil. Í raun og veru mun það skila betri árangri að deila tilteknum upplýsingum með tilteknum einstaklingum með ákveðinn tilgang. Að birta hræðilegar upplýsingar á samfélagsmiðlum þrisvar í viku telst ekki varnarleysi!

Byggja tengingarsögur

Eftir að þú hefur náð tökum á smalltalk (og það er auðveldara en þú heldur að ná tökum á! Hvað gerist næst?

Þú getur brotið ísinn, en til að halda fólki áhuga á þér og láta það vilja vera í kringum þig þarftu að koma á raunverulegu sambandi. Að segja „tengingarsögur" er frábær leið til að ná þessu. Þetta eru einfaldar sögur sem sýna fólki hver þú ert á þann hátt sem það getur tengst.

Félagsvist manna snýst ekki aðeins um að styðja hópmeðlimi og tryggja að þeir lifi af, heldur einnig um að ákveða hvaða fólk er eða meðlimir hópsins. Við bestu aðstæður er ókunnugt fólk óþekkt. Einhver þarf að vera kunnugur persónuleika þínum, hvötum og sjónarhorni til að vera ekki ókunnugur. Okkur langar að vita Er þessi manneskja lík mér? Þegar svarið er "já", þá getur samband myndast. Þetta er það sem tengslasögur eru: þær segja öðrum að ég er eins og þú á margan hátt.

Þessi aðferð er notuð á vinnustaðnum og í vörumerkja- eða auglýsingaaðferðum fyrirtækja. Sögur eru stór hluti af því hvernig við höfum samskipti. Menn voru byggðir til að segja sögur. Þegar einhver byrjar ræðu á því að segja „Ég man þegar ég labbaði fyrst inn á skrifstofu Jims ...““ eða „mig langar að segja þér nákvæmlega á hvaða augnabliki ég vissi að ég ætlaði að giftast þessari konu", segja þeir frá. þú Svona er ég og ég er lík þér á margan hátt.

Líkamstjáning þín, útlit, tal, hegðun og fleira mun hjálpa fólki að gera meðvitaða eða ómeðvitaða ágiskun um hvernig þú merkir. Að segja tengslasögu getur hjálpað þér að breyta skynjun þeirra á hver þú ert fljótt. Þessi saga fangar gildin mín og meginreglur."

Howard Gardner, sálfræðingur við Harvard háskóla, segir að „Sögur um sjálfsmynd“ séu frásagnir sem hjálpa fólki að hugsa og finna fyrir því hver það er, uppruna þeirra og hvert það er að fara.

"Öflugasta vopnið í bókmenntavopnabúr leiðtogans eru orð rithöfundarins."

Robert Cialdini, hinn frægi áhrifasálfræðingur, sýndi fram á að við höfum tilhneigingu til að vera hvött til að bregðast við þegar við sjáum fólk sem er líkt okkur sjálfum. Í tilraun skrifaði Robert Cialdini bréf á ýmsum tungumálum og setti þau nálægt pósthólfum til að láta líta út fyrir að þau hafi verið sleppt fyrir mistök. Þegar spænskumælandi bréfi er sleppt á svæði þar sem meirihluti spænskumælandi er, er líklegra að bréfið verði tekið upp af einhverjum og sent. Það er ljóst að fólk er vinsamlegra við aðra sem deila menningarlegum bakgrunni sínum. Þú þarft að nota rétt tungumál þegar þú skrifar myndlíkingabréfið þitt ef þú vilt efla þessa tilfinningu fyrir sambandinu viljandi.

Hvernig segir þú áhugaverða tengslasögu? Við skulum byrja á slæmri sögu:

Skráðu skynsamlegar staðreyndir um sjálfan þig, sem hljómar eins og ferilskrá. (Jafnvel í faglegu samhengi er mikilvægt að sýna mannlega hlið þína!)

Þú bröltir. Þú munt aldrei geta komið persónunni þinni á framfæri í einu samtali. Fólk er flókið. Stundum er þó hnitmiðunin besta stefnan. Ef þú hugsar um það gætirðu hugsanlega komið með mjög stutta sögu sem getur komið í stað langrar sögu. ("Mamma sagði mér að fyrstu orðin mín væru og nei. Þetta segir þér allt sem þú þarft um mig!"

Þú ert ekki einlægur. Engum finnst gaman að vera seldur á einhverju eða finnst að verið sé að stjórna honum. Tengingarsaga virkar best þegar hún er sýnd frekar en að segja frá. Ef þér finnst þú hafa búið til „sjálfsauglýsingu" mun fólk missa áhugann.

Hvað myndir þú segja? Hugsaðu um grunngildin þín áður en þú lendir í aðstæðum þar sem þú þarft að kynna þig. Það þarf ekki að vera ítarleg æfing. Einbeittu þér að því sem skiptir þig mestu máli. Þetta gæti verið fjölskyldan þín, trú, sanngirni, réttlæti eða hvað sem er.

Ímyndaðu þér tíma í lífi þínu þar sem þú áttaðir þig á hversu mikilvægt þetta gildi var fyrir þig. Ímyndaðu þér þetta augnablik eða skilning og hvernig það mótaði núverandi heimsmynd þína. Ímyndaðu þér að þú hafir verið í vinnuferð þegar dóttir þín veiktist skyndilega. Síðan, þegar þú ferðast heim, áttaðirðu þig á að hún gæti dáið eftir tvo daga. Þú áttaðir þig á því að þú myndir aldrei geta skipt dóttur þinni af hólmi, sama hversu mikinn pening þú ættir. Þegar þú komst heim hugsaðir þú allan þinn lífsstíl upp á nýtt og vinnur nú á þínum forsendum.

Þú getur komið miklu á framfæri við áhorfendur þína í örfáum línum: þú ert dugleg manneskja, þú átt barn, þú metur fjölskylduna, þú ert hæfur breytingamaður, þú óttast ekki að taka áhættu, þú þú ert opinn fyrir því að prófa eitthvað nýtt, þú ert ekki efnishyggjumaður og íhugar meginreglur þínar vandlega og þú ert nógu hugrakkur til að segja sögu sem er viðkvæm.

Annette Simmons, höfundur Whoever tells the best story Wins segir: "Fólk mun ekki hlusta á þig nema það viti hver og hvað þú ert." Segðu þeim. Til að tryggja að þú sért að segja sögu sem mun byggja upp samband við áhorfendur þína, ætti það að vera ígrunduð og ósvikin saga um eitthvað þýðingarmikið.

Ekki vera feimin við að kynna sjálfan þig, hvort sem þú ert að kynnast nýju fólki, nýjum samstarfsmönnum í vinnunni eða vini sem þú hefur hitt. Ekki hafa áhyggjur ef þér finnst þú vera yfirlætislaus eða óviðeigandi. Það er næstum upplífgandi að heyra fólk deila sannri trú sinni.

Það vekur virðingu og traust hjá öllum. Það hvetur aðra til þess. Svona vaxa tengingar!

Vertu karismatískur og hengdu upp merkimiða

Merking í samtali er góð leið til að sýna að þú fylgist með, rifja upp það sem hefur verið sagt og koma skilaboðunum á framfæri. Merking er svipað og speglun. Við endurspeglum í raun suma þætti reynslu annarrar manneskju og sköpum tilfinningar eins og samkennd og skilning. Sem dæmi:

„Ég er algjörlega hneykslaður á öllu þessu ástandi ...“

Þetta er einfalt tilfelli af speglun. Þú hefur notað nákvæmlega sama orð og þeir. Skoðaðu hvernig merking er gerð:

"Ég er alveg agndofa yfir öllu ástandinu ...”" "Virðist hafa komið þér algjörlega á óvart."

Þú ert líklegri til að merkja reynslu einhvers annars. Þú gætir heyrt þá segja að þeir séu hneykslaðir, en einnig draga þínar eigin ályktanir og gefa mat þitt. Þetta hjálpar þeim næstum að finna orð til að tjá sig betur. Þú getur aukið tilfinningar um skilning á milli ykkar með því að fá hinn aðilann til að segja "nákvæmlega!" sem svar.

Fólk hefur samskipti til að skilja. Það eru mismunandi stig skilnings. Þú getur skapað tengingu fljótt þegar þú ert fær um að lesa tilfinningar hins aðilans og sýna þeim að þú skiljir orð þeirra.

„Ég er algjörlega hneykslaður yfir þessu öllu...“

Það hljómar eins og þú hafir vonað að hlutirnir myndu snúast öðruvísi.

Ef tilgátan er rétt, þá mun sá sem verið er að staðfesta, finna fyrir meiri skilningi. Það er auðvelt að giska á að hlutirnir ganga ekki alltaf eins og ætlað er þegar kemur að merkingum.

Þegar það mistekst er það venjulega vegna þess að við höfum gert ráð fyrir frekar en að lýsa nákvæmlega hvernig hinum aðilanum líður.

„Ég er algjörlega hneykslaður yfir þessu öllu...“

Það lítur út fyrir að þú sért fyrir vonbrigðum með sjálfan þig vegna þess að þetta gerðist.

Uh, hvað? Þú getur skapað tilfinningar um vantraust eða firringu ef þú merkir tilfinningar einhvers rangt. Þú ert ekki að reyna að greina, túlka eða dæma. Bara umorða. Bestu merkin eru í raun mjög einföld.

Finndu samheiti sem er augljóst fyrir það sem viðkomandi hefur sagt.

"Maður, ég er þreyttur."

"Æ, þú virðist vera frekar þreyttur."

Rökfræðilega séð eru þetta ekki nýjar upplýsingar sem þú ert að setja fram, en þú munt láta hinum aðilanum líða eins og þú hafir tekið inn orð þeirra, unnið úr þeim, skilið þau og síðan komið þeim áfram til hans. Þetta er mikils virði!

Prófaðu:

Þú virðist vera... Það hljómar eins og...

Þú munt samstundis geta sagt að þú sért að túlka það sem þú heyrðir, frekar en að endurspegla það einfaldlega. Ekki nota setningar eins og "ég velti því fyrir mér hvort ...", "Ég trúi þér ...", eða "Að mínu mati ..."

Merking er hægt að nota til að draga úr átökum og koma skýrleika og upplausn í óþægilegum samræðum. Ímyndaðu þér að þú sért að tala við reiðan viðskiptavin sem hefur lista yfir ástæður þess að þeir eru í uppnámi út í fyrirtækið þitt. Þú gætir sagt: "Það virðist sem þú sért virkilega óánægður með þetta." Viðskiptavinurinn hefur kannski ekki notað orðið óhamingjusamur, en honum mun finnast hann staðfestur af nákvæmri samantekt þinni.

Ef þú vilt bæta samskiptahæfileika þína þá er góð hugmynd að einblína á jákvæðu tilfinningarnar og ekki merkja neikvæðari eða óhjálpsamari. Þetta er gott dæmi.

Þú getur hvatt viðskiptavininn til að fara lengra en kvörtun til skaðabóta með því að einblína á mögulegar lausnir. Þetta er að miklu leyti undir innsæi, en það þarf virka hlustun og meðvitund til að skilja hvað er undir samtali. Yfir hverju kvartar þessi manneskja? Þeir vilja laga vandann.

Merki eru notuð til að skýra, gefa til kynna samúð, byggja upp samband, koma á trausti og sýna skilning. Þetta er sniðug leið til að nota merki í faglegum aðstæðum, eins og í vinnunni. mun reyna að skilja hvaða tilfinning er á bak við gögnin sem þér eru gefin. getur hjálpað þér að forðast mikinn misskilning og getur hagrætt ferlinu þar sem þörfum allra er mætt.).

Þú getur notað þessa tækni þegar einhver er að tala um frest eða hvað þarf að klára. Þá geturðu svarað með: "Það hljómar eins og þú hafir áhyggjur af því að við klárum ekki í tæka tíð." Það mun byggja upp miklu sterkari samband en ef allt sem þú gerðir var að einblína á smáatriðin og hunsa kvíðann.

Lokaviðvörun: Engum líkar við áhugamaður um sálgreinanda. Þú veist hverjir þeir eru!

„Ég óttast stóra fjölskyldujólaviðburðinn sem ég verð með um helgina!

Það getur verið erfitt að greina á milli þess að sýna samkennd og að vera fljótur að dæma.

„Græða“ eða „meinagreina“ reynslu einstaklings. Merki sem lýsa tilfinningum einstaklings (svo sem „þreytt“ eða „áhyggjufull“) eru betri en flókin kenning. Þetta getur valdið því að upplifunin sé ógild.

Ekki vera leiðinlegur

Þessi er ekki eldflaugavísindi. Ekki vera leiðinlegur ef þú vilt eiga betri samtöl og heilla fólk.

Þetta getum við gert með því að skoða eiginleika og hegðun þeirra sem okkur finnst leiðinlegir og gera hið gagnstæða. Þó að þú viljir kannski ekki láta líta á þig sem leiðinlegan, þá er það mögulegt fyrir okkur öll að rekast á þennan hátt af og til einfaldlega vegna þess að við erum ekki meðvituð um sjálf. Það er hægt að bæta karisma þinn með því einfaldlega að taka ekki þátt í leiðinlegri hegðun. Þetta krefst aðeins smá fyrirhyggju og vilja til að „breyta sjálfum“.

Ímyndaðu þér manneskju sem þér finnst leiðinleg. Hver er persónuleiki þeirra? Hvernig eru þeir? Það gæti vakið áhuga þinn að vita að Wijnand A. P. van Tilburg, sem leiddi rannsóknina og birti hana í Personality & Social Psychology Bulletin, komst að því að staðalmyndir um hvað er leiðinlegt eru fyrirsjáanlegar. Fólk hefur tilhneigingu til að forðast eða mislíka þá sem hafa þessa eiginleika.

Það kemur ekki á óvart að rannsakendur hafi greint þessa eiginleika: Fólk með enga kímnigáfu, fólk sem hefur leiðinleg áhugamál, eins og að safna hlutum, eða sem getur ekki tjáð skoðanir sínar, var talið leiðinlegt. Í tilraunum, þar sem fólk var beðið um að lesa sögur um skáldaðar persónur, voru þeir sem höfðu mikið af þessum leiðinlegu eiginleikum dæmdir vera minna hlýir og minna hæfir. Átjs!

Lesandanum var aldrei sagt að manneskjan í sögunni væri leiðinleg. Þeir drógu þetta einfaldlega af eiginleikum. Flestir sögðu að þeir myndu frekar eyða tíma með einhverjum sem ekki búa yfir leiðinlegum eiginleikum og forðast þá sem gera það. Vísindamenn töluðu niðurstöðurnar með því að spyrja fólk hversu mikið það myndi borga fyrir að eyða tíma með skálduðum persónum. Því hærri sem talan er, því leiðinlegri er karakterinn!

Það er mikilvægt að hafa í huga að rannsóknin snerist um skynjun. Að safna hlutum er hvorki meira né minna leiðinlegt en fallhlífarstökk. Það sem rannsóknin leiddi í ljós var viðhorf fólks til hóps eiginleika. Það er mikilvægt að ákveða hvort ákveðnum hegðun og eiginleikum sé almennt mislíkað af fólki.

Vísindamenn hafa komist að því að skynjun fólks á því hvað er leiðinlegt getur verið mismunandi eftir menningu þess og persónulegum óskum. Sumum finnst lestur, garðyrkja eða önnur áhugamál leiðinleg. Aðrir halda hins vegar að það sé leiðinlegt að horfa á sjónvarpið eða hafa áhuga á íþróttum. Þetta leiðir okkur að mikilvægu atriði: það er alltaf einhver list þegar kemur að félagslegum samskiptum. Það er enginn leiðinlegur. Sérhver manneskja er einstök og heillandi. Þeir eiga allir sína sögu. Við kunnum að sýna okkur sjálf á þann hátt að draga úr áhuga okkar eða taka ekki tillit til þess sem öðrum finnst grípandi og áhugavert. Við þurfum ekki að falsa það, en framsetning okkar er mikilvæg.

Félagslegar staðalmyndir um „leiðinlegt fólk" eru í raun samansafn af smærri brotum. Leiðinleg manneskja er sá sem tekur ekki eftir öðrum eða leggur sig fram. Þeir líta heldur ekki á samtal sem grípandi, líflega starfsemi. Vísindamenn greindu nokkur af eftirfarandi einkennum:

Neikvætt

Þröngsýnn

Venjulegt

Vinnufíkill

Alvarlegt

Moody

Frátekið

Kvíðinn

Hlutlaus

Óvirkt

Tilfinningalaus

Sjálfhverf

Hrokafullur

Óskapandi

Hefurðu tekið eftir einhverju? Það virðist vera spurning um að skemmta sér. Fólk sem er leiðinlegt er það sem er óáhugavert að vera með. Snúa öllum þessum eiginleikum við.

Jákvæð

Opinn huga

Óvenjulegt

Fjörugur

Ekki taka lífinu of alvarlega

Léttur

Opið

Taugaóstyrkur

Virkur

Trúlofuð

Tilfinningalegur

Ég hef áhuga á öðru

Auðmjúkur

Skapandi

Þessir eiginleikar passa fullkomlega inn í módel okkar um að samtal sé leikur en ekki vinna. Af hverju myndi einhver vilja samtal sem var leiðinlegt eða húsverk við einhvern? Við erum að segja „Þetta er ekki gaman" þegar við lýsum einhverjum eða einhverju sem leiðinlegum. Bestu samtölin eru lífleg, kraftmikil og skemmtileg. Bestu samtölin eru lífleg, virk og nýstárleg. Þeir láta fólki líða vel. Þeir eru fyrirsjáanlegir, hægir og leiðinlegir. Þeir eru leiðinlegir. Mundu að næst þegar þú krefst þess að hafa rétt fyrir þér eða sanna mál þitt ertu staðfastlega í leiðinlegum herbúðum.

Góða skemmtun. Að njóta þín er aðlaðandi fyrir aðra. Leyfðu þér að deila ástríðum þínum, eldmóði og njóttu samtalsins. Hlæja að sjálfum þér.

Ef þú hefur virkilega brennandi áhuga á þrautum og svefni gætir þú þurft að "sjálfa þig" aðeins. Það er ekki það að þú sért leiðinlegur; það er bara að þú ættir að vera meðvitaður um staðalmyndir. Þú gætir þurft að "breyta sjálfum þér", ef þú hefur virkilega brennandi áhuga á svefni og þrautum. Það er ekki vegna þess að þú sért leiðinlegur. Vertu bara meðvitaður um staðalmyndir. Þú gætir leikið upp þá þætti í persónuleika þínum sem þú telur áhugaverðari.

Samantekt:

Samtalsheill snýst allt um að tengjast fólki á ósvikinn hátt. Fyrst skaltu sleppa sjálfinu þínu með því að sleppa takinu á dómgreindinni og hunsa hvort þú ert sammála eða ósammála. Hlustaðu vandlega, vertu gaum og standist freistinguna til að tengja það sem þeir segja og þínar eigin hugsanir.

Þegar þú ferð í gegnum þrjú stig sambandsins, vertu viss um að vera stöðugur og hægur. Létt uppljóstrun gæti verið vandræðaleg. Miðlungs birting sýnir dýpri skoðanir þínar og tilfinningar. Mikil upplýsingagjöf fjallar um alvarlegustu veikleika þína. Ekki vera lokuð bók heldur veldu hverjum þú deilir leyndarmálum þínum með.

Deildu sögum til að sýna fólki hver þú ert. Í stað þess að vera þurrar staðreyndir skaltu nota sögur sem endurspegla gildin þín.

Með því að lýsa upplifun eða tilfinningum annarrar manneskju geturðu birst meira karismatísk. Umorðaðu með því að nota „það virðist" eða „það hljómar eins og" til að sýna samúð þína.

Ekki vera leiðinlegur. Leiðinlegir eiginleikar eru þeir sem gera lítið úr skemmtuninni. Vertu fjörugur, hlýr og opinn í samtölum þínum. Gleymdu því að vera réttur eða klár.

Tónlist og sending skipta máli.

Eflaust skilja allir kraft líkamstjáningar og hlutverk þess, en samt telja of fáir raddir okkar vera hluti af líkama okkar. Rödd þín er meira en abstrakt - hún er blanda af hljóðum sem framleidd eru af mismunandi líffærum líkamans til að hafa áhrif á loftflæði í kringum þig - sem gerir rödd þína í raun og veru að þínu sannasta "líkamsmáli!"

Orð skipta máli, en hvernig þú segir þau skiptir kannski enn meira máli. Rödd þín sýnir upplýsingar um sjálfan þig - eins og persónuleika þinn, hugarástand og fyrirætlanir sem og þætti eins og þjóðerni, kyn og aldur eða heilsufar. Breyting á tóni getur róað, ógnað eða borið einhvern algjörlega í burtu; stofna samstundis samband eða setja fólk samstundis á brún.

Að muna þá staðreynd að tónn er tilfinningalegt merki ætti að hjálpa þér að átta þig á áhrifum þess. Hafðu í huga að fólk tekur ákvarðanir, ekki þrátt fyrir tilfinningar heldur vegna þeirra, í stað þess að líta á tónn sem bara annan þátt í munnlegum samskiptum.

Taugavísindamaðurinn Antonio Damasio gerði þessa uppgötvun með einni af tilraunum sínum þegar hann áttaði sig á því að einstaklingar með skemmdir á tilfinningavinnslusvæðum sínum hættu að geta tekið ákvarðanir rökrétt eða afgerandi. Þeir gátu samt sagt öll réttu orðin en gátu ekki gripið til aðgerða sjálfir.
Vitsmunalega gátu þeir skilið allt; Án þess að finnast þeir vera tengdir eða tilfinningalega fjárfestir gátu þeir hins vegar ekki komist með neinar áþreifanlegar ákvarðanir eða skoðanir.

Svo hver ætti að vera viðeigandi raddblær þegar þú átt samskipti við aðra? Því miður fer það eftir. Sérsníðaðu tóninn þinn eftir aðstæðum, fyrirætlunum þínum og hverjum þú ert í samskiptum við - taktu þessa þætti með í reikninginn:

Pitch Pitch þinn vísar til þess hversu hátt eða lágt röddin þín er. Þó að hærri raddir hafi tilhneigingu til að vera tengdar kvenleika og lægri við karlmennsku, er of oft faglegum konum ráðlagt að lækka raddirnar til að virðast alvarlegri. En þetta þarf ekki að vera svona! Í staðinn skaltu vinna að því að breyta tónhæð þinni til að forðast að tala í eintónum setningum; eitt bragð fyrir þetta gæti verið að hækka það aðeins þegar talað er beint eða spurt spurninga; Forðastu á sama hátt "Valley speak", með því að hækka það í hvert skipti eftir hverja setningu (þetta lætur þig virðast óviss eða heimskur!).

Hljóðstyrkur er hversu hljóðlega eða hátt þú talar; aðlaga í samræmi við samhengi þitt. Mjúk rödd getur gefið til kynna æðruleysi en einnig lágt sjálfsálit eða leynd ef hún er notuð til einkalífs; Að sleppa því skyndilega þegar þú kemur á framfæri nánum smáatriðum dregur annað fólk nær. Hávær gefur til kynna gleði og sjálfstraust en getur líka bent til árásargirni, hroka eða brjálæðis. Helst skaltu passa hljóðstyrk þinn við hljóðstyrk annarra í kringum þig - með því að hækka það örlítið getur það vakið athygli á meðan að lækka það aðeins gæti bent til alvarlegri, innilegrar eða lúmskari samtöl.

Hraða
Hversu fljótt og fljótt þú talar. Frjálst tal sýnir venjulega sjálfstraust og gáfur; öfugt geta snöggar eða andlausar setningar bent til kvíða. Aftur á móti kann hægt tal að virka leiðinlegt eða þreytt (eða gamalt?) gera aðra óþolinmóða eða gera lítið úr þér - þó hægt tal gæti gefið til kynna vald með kraftmikilli nærveru sinni, þungum orðum og sterkri framkomu.
National Center for Voice and Speech gefur til kynna að meðal Bandaríkjamaður tali um 150 orð á mínútu á þægilegum hraða - svo notaðu skeiðklukku og settu þig í gegnum þessa æfingu til að meta sjálfan þig!

Framsögn
Eru orð þín orðuð skýrt og eru þau sögð rétt með munni þínum, vörum og tungu sem myndast saman sem eitt? Þetta virðist nógu einfalt en gleymist oft - þegar fólk getur ekki heyrt það sem þú ert að segja til fulls skapar það hindrun á milli þín og þeirra og gerir það mun erfiðara að skilja orð þín; þetta grefur undan samböndum og getur jafnvel valdið rangtúlkunum á því hvað þau meina! Þetta hindrar samband og getur leitt til rangra samskipta milli hlutaðeigandi aðila.

Það er þó meira: léleg framsetning getur tengst leti, skorti á menntun, lítilli greind, leiðindum og þreytu - eða einfaldlega gefið í skyn að þér sé alveg sama! Berðu bara saman virðulegan „skera gler" enskan aðalshreim frá 1800 á móti ölvuðum einstaklingi sem slýrir orðum sínum áður en hann hrapar í svefn! Þetta eru kannski bara ýkjur; en áhrif þeirra liggja djúpt!

Hugleiddu hvernig þú notar útsetningarorð (böl), fylliorð ("um, eins og, þú veist...") og slangur í ræðu þinni. Hér er ekkert rétt eða rangt; það kemur frekar niður á því hvað er við hæfi og hvort tal þín hjálpi þér að rekast á á þann hátt sem ætlað er. Almennt séð skapar samsvörun tal við aðra samband á meðan það að leggja áherslu á mismun getur valdið sálfræðilegri fjarlægð - þó að það að undirstrika þann mun gæti jafnvel aukið gildi! Í stuttu máli, að verða meðvitaður um alla tónalitina þína gerir þér kleift að ná tökum á sjálfum þér svo að viðeigandi nálgun sé notuð á viðeigandi augnablikum!

Ein ábending til að bæta þig er að æfa: prentaðu út grein eða fræga ræðu og taktu upp/filmaðu sjálfan þig þegar þú talar hana, taktu eftir hraða þínum, hljóðstyrk, framsetningu og tónhæð þegar þú horfir á hana til baka. Hvað mætti bæta? Dragðu djúpt andann, teygðu þig, "komdu inn á svæðið," lestu það upp aftur á meðan þú breytir um hraða/hljóðstyrk o.s.frv. Þú gætir líka íhugað að kynna þér ræðumenn sem þú dáist að til að bera saman flutning þeirra og þinn - mundu að það kemur ekki af sjálfu sér fyrir flesta - alveg eins og hvernig þurfti að þjálfa raddir þeirra í hljóðfæri...þú getur líka!

Rödd þín er sú sem þú ert; það táknar hver þú ert fyrir heiminum. Ef þú kemst að því að það er oft of rólegt fyrir þægindi skaltu íhuga hvort að byggja upp sjálfstraust þitt gæti hjálpað og kanna hvaða sannfæring skiptir þig mestu máli. Ef það hefur tilhneigingu til að þjóta andartak meðan á félagslegum samskiptum stendur, skoðaðu kvíðastig vel ásamt því að æfa nokkrar róandi öndunaræfingar áður en félagsleg samskipti eru. Þegar fólk biður þig ítrekað um að endurtaka sjálfan þig eða misskilja þig eða misskilja þig í félagslegum samskiptum - af hvaða ástæðu sem er - skaltu íhuga mjög djúpt, ekki aðeins röddina þína heldur alla framsetningu þína og hverjir þeir eru í raun og veru. Hverjir eru þeir ekki að sjá hinn sanna þig? Og ef ekki hvað standa í vegi þeirra?

Hvernig á að nota opnar lykkjur (OLs)

„Opin lykkja" er samtalslína sem þú skilur viljandi eftir opna svo þú getir farið aftur í hana síðar ef þess er óskað. Lokaðar og opnar spurningar („finnst þér gaman að sushi?" á móti „segðu mér það klikkaðasta sem þú hefur borðað") gefa dæmi um þetta snið; opnar lykkjur tákna öfgamark þess.

Klukkan 4 um morguninn hittum við Julie. Þið verðið að hitta Julie einhvern daginn - þið mynduð ná svo vel saman! Þegar við sáum hana fyrst var hún í þessum svívirðilega búningi og við gátum ekki staðist að hefja samtal..."

Þessi saga um Julie og sérkennilega búninginn hennar byrjaði á því að tala um að vera í ókunnugum matsölustað á óviðeigandi tíma. Með því að skipta um umræðuefni svo hratt, vekur þessi aðferð ekki aðeins hlustandann þinn betur, heldur getur hún þjónað sem akkeri ef samræðum minnkar; komdu bara aftur að því þegar hlutirnir þorna aftur sem auðveldur samtalsbjörgunarpunktur!

Grínistar nota opnar lykkjur viljandi til að byggja upp eftirvæntingu fyrir seinni punch lines, skapa nánast töfrandi tengsl við áhorfendur sína og byggja upp sameiginlega sögu og samband við þá. Það er einfaldlega hægt að hefja opna lykkju þegar þú byrjar að segja grípandi sögu en hættir áður en þú lýkur henni; fara hratt yfir á annað efni; að snúa aftur í opna lykkju seinna er eins og að bæta óvæntum, óhúmorískum brandara inn í athöfn sína!

Náttúrulega hæfileikaríkir samtalamenn (eða fólk með mikla efnafræði) hafa tilhneigingu til að búa til margar opnar lykkjur án þess þó að reyna. Þetta gerist vegna þess að þeir verða svo á kafi í því sem er að þróast að þeir hlaupa glettnislega með það og yfirgefa hvaða núverandi línu sem er, og taka hana síðar upp aftur með jafn spennu síðar. Hefur þú einhvern tíma upplifað þessa tilfinningu þegar þú spjallar við einhvern sem þú virtist ætla að tala við dögum saman? Þessi tilfinning var líklega framkölluð af opnum lykkjum!

Haltu aftur af þér þegar fólk spyr þig spurninga; leyfa forvitni sinni að móta samræðurnar. Stundum þurfa sögur ekki að enda í einu! Ekki finna fyrir þrýstingi til að ljúka þeim öllum í einu. Haltu aftur af þér svo fólk spyrji þig fleiri spurninga - og að leyfa forvitni sinni að knýja umræðuna getur það leitt til ótrúlegra augnablika.

Írland skilgreinir "craic" sem lausan, opinn kjaftshögg sem virðist aldrei ætla að taka enda; Tilgangurinn er einfaldlega að halda áfram að tala og forðast að gefa neinar endanlegar yfirlýsingar hvort sem er!

Íhugaðu eftirfarandi umræðu og reyndu að bera kennsl á opnar lykkjur - þær virka næstum eins og krókar sem þú gætir snúið aftur til og ræst annað samtal með öllu.

A: "Svo, hvað ertu að læra?"

B: "Ó vá, IT gráðu." A: "Ó vá! Ertu nýr í upplýsingatækninni eða hefur þú alltaf haft áhuga á svona hlutum?"

B: "Reyndar nei! Fyrst var ég hagfræðimeistari; hins vegar breyttist einbeitingin fljótt..."

A: "Aftur á móti kenndi pabbi hagfræði í háskóla - og satt að segja getur hann verið frekar sérvitur! Kannski verður maður að vera frekar sérvitur til að skara fram úr í hagfræði!

B: [Þegar samtal A byrjar að minnka og A á í erfiðleikum með að halda í við] Það er lykkja hérna!]

A: Hvað varðar upplýsingatækni, þá hef ég ekki mikla reynslu... Hvers konar fólk samanstendur af upplýsingatækninemum nútímans?

Þetta er tiltölulega minniháttar lykkja, þar sem fjallað er um upplýsingatækknigráðu en látin hanga án upplausnar. Í framhaldinu mun þetta mál hins vegar koma aftur til umræðu og vonandi leyst á viðunandi hátt.
Hver telur þú vera betri samtalsmanninn hér - A eða B? Ef það var hið síðarnefnda sem stóð upp úr sem árangursríkara gæti það verið vegna þess að hún notaði lykkju þegar samræður þeirra biluðu á meðan A hafði engan stað til að snúa aftur þegar hlutirnir biluðu.

Opnar lykkjur geta orðið miklu stærri með tímanum; reyndar byrja svokallaðir "call back brandarar" og langvarandi innbrandarar oft sem opnar lykkjur. Skoðum til dæmis þetta dæmi þar sem A og B rekast á hvort annað aftur viku síðar og hvað gerist:

A: "Halló þar! Svo gaman að hitta þig aftur!"

B: "Hæ!" A: "Nímarnir ganga vel?" B: "Já, þeir eru í lagi - þó, manstu hvernig brjálaður pabbi þinn var hagfræðiprófessor? Jæja, veistu hvað?! Nýi fyrirlesarinn okkar er nákvæmlega eins og brjálaði pabbi þinn lýsti honum áður og hefur ekki skipt yfir í kennslu comp Sci enn?!"

B lokar lykkju með því að hringja aftur í fyrri umræðu. Lykkjur geta verið stuttar eða langar og fjarlægð þeirra frá heimkomu getur verið hvar sem er á milli samræðna; allt sem þarf til að búa til sannfærandi lykkjur er mikil meðvitund og frábært minni. Með því að snúa aftur til baka er B að segja við B að henni sé sama um þetta efni, sem skapar samstundis traust, virðingu og samband sín á milli.

Vertu á varðbergi gagnvart opnum lykkjum; einfaldlega halda samtalinu fljótandi og grípandi með því að nota opnar lykkjur sparlega og reglulega. Handfylli af opnum lykkjum mun skapa grípandi samtal; notaðu þau ríkulega svo þú hafir fullt af efni tiltækt ef einhver ófyrirséð vandamál koma upp seinna í samtalinu þínu. Hafðu þetta í huga:

Farðu aðeins aftur í lykkju þegar samtal þitt virðist staðnað; annars gæti fólk mismat þig sem ADHD í samræðum og orðið þreytt á þér!

Ekki þvinga til baka ef það kemur ekki af sjálfu sér eða þú munt virðast vera ráðríkur í samtalinu.

Ólokið mál þitt ætti að töfra og virkja hlustendur þína, ekki stríða þeim eða pirra þá. "Cliff hanger" getur verið frábært samtalstæki - bara ekki ganga of langt í að nota einn til að bæta við húmor!

Í óeiginlegri merkingu...

Lestu hina þjóðsögulegu ræðu Dr. King, "I Have A Dream": "Heimsókn okkar til höfuðborgar þjóðar okkar táknar að við innheimtum ávísun. Þegar arkitektar lýðveldisins okkar bjuggu til stjórnarskrána og sjálfstæðisyfirlýsinguna, skrifuðu þeir undir víxil sem allir Bandaríkjamenn myndu erfa þessa helgu skyldu, Ameríka hefur gefið negra fólkinu slæmar ávísanir merktar "ófullnægjandi fjármunir." , að innleysa þessa ávísun."

"Gefðu okkur eftir kröfu auðæfi frelsis og öryggi réttlætis." Það hljómar sannfærandi er það ekki? Hann hefði getað útskýrt loforð þeirra enn frekar.
Hann gerði sér grein fyrir þörfinni á að draga upp nákvæma mynd fyrir áhorfendur sína þegar þeir lásu grein hans; gætirðu séð fyrir þér þetta slæma ávísun þegar þú lest?

Það er ákaflega vel þekkt tilraun sem kallast Baker-baker þversögnin. Þátttakendum þessarar tilraunar var sýnd mynd af manni og einum hópi var sagt að hann héti Baker á meðan annar hópur taldi að hann væri atvinnubakari. Síðar voru báðir hópar beðnir um að rifja upp öll dæmi um orðið „bakari". Þegar spurt var síðar um það, mundu þeir sem sagt var að þetta væri starfsgrein hans auðveldara en þeir sem héldu að það vísaði einfaldlega til eftirnafns síns; hvers vegna?

Vegna þess að hugur okkar skapar tengsl og minningar tengdar bakarastarfinu, á meðan þetta nafn þýðir ekkert í einangrun (nema auðvitað að við deilum einum!). Þannig að fagið hefur fleiri andleg tengsl sem þýðir meiri þýðingu fyrir okkur; þess vegna tökum við meira þátt í því.

Dr. King stendur einnig frammi fyrir þessum sömu örlögum þegar ávísun hans skoppar.

Hugur mannsins var hannaður til að hugsa í frásögnum, myndlíkingum, tengslum og tengslum; þannig að búa til myndlíkingar gefur hlustandanum eitthvað litríkara og grípandi til að taka þátt í þeim.
Markmið þitt ætti að vera að búa til myndefni sem fangar ímyndunarafl þeirra, vekja áhuga þeirra og gera þig aðlaðandi í staðinn. Því líflegri sem myndirnar þínar eru, því meiri aðdráttarafl þeirra og grípandi muntu birtast sem manneskja.

Fólk eins og Dr. King er ekki bara hugsjónafólk; þeir hafa líka hæfileika til að koma persónulegum sýnum sínum á framfæri í eitthvað sem aðrir geta auðveldlega skilið og fundið. Þetta gerir starf þeirra bæði hvetjandi og hvetjandi - ef þú getur gert það sama muntu verða enn sannfærandi og geta sannfært fólk um hugmyndir þínar.

Fólk kann að tengja „karisma" við sögulegar persónur eins og Martin Luther King Jr., en þú getur verið karismatískur án þess að verða frægur og sögufrægur sjálfur. Lífræn myndmál geta hjálpað þér að gera þig karismatískan á hversdagslegan hátt; fólk sem hlustar er tilfinningaverur og ekkert hreyfir við þeim tilfinningalega en líflegar myndir, sögur og samlíkingar.

Hvað hvetur hlustendur þína og vekur áhuga? Þegar þú hefur skilið þetta, notaðu þá innsýn til að búa til myndlíkingu sem talar tungumál þeirra - til dæmis gæti kennari miðlað ungum nemendum raunveruleika foreldra með því að segja að það að eignast börn sé eins og að spila tölvuleiki á harða stillingu með lokuð augu og bilaðar stýringar!

Samlíking eins og þessi gerir hlustanda þínum kleift að melta punktinn sem þú ert að gera fljótt. Myndlíkingar og hliðstæður eins og þessar eru svo áhrifaríkar vegna þess að þær senda ekki aðeins lykilupplýsingar heldur einnig hvernig þær upplýsingar passa inn í daglegt líf þeirra - með öðrum orðum, hvað þær þýðir.

Leiðtogar hafa fullkomnað þessa aðferð til að hvetja, hvetja og hafa áhrif á aðra; en þú getur notað sömu aðferðina í öðrum tilgangi líka: að búa til samband við fólk sem þér líkar ekki þegar við eða taka þátt í samtölum sem finnst eðlilegra, ánægjulegra og einfaldlega frábært!

Hér eru nokkrar aðferðir úr leikbókum frábærra ræðumanna sem geta hjálpað þér að nota litríkt, tilfinningaþrungið tungumál sem mun ná til og vekja áhuga fólks:

Ekki bara ræða hverju þú trúir og hvers vegna; reyndu að skilja hvað drífur einhvern fyrir framan þig, til að byggja upp þroskandi samræður.

Rammaðu rök þín með því að nota hugtök sem þeir myndu velja, þannig að í lokin líður þeim eins og þú hafir skilið þau, frekar en öfugt!

Reyndu að útskýra erfið hugtök með því að nota tengd dæmi sem er auðveldara fyrir hlustendur og lesendur að átta sig á, eins og "Hvettberarnir geta verið orkuver frumna, en Golgi-komplex virkar eins og ísskápur þar sem öllu er pakkað saman og sent þangað sem það þarf að fara."

Ekki leyfa tungumálinu að verða hversdagslegt. Jafnvel í litlum atriðum, haltu orðaforða þínum lifandi og heillandi - fólk með ríkan og lifandi orðaforða hefur tilhneigingu til að vera skynsamlegra og áhugaverðara, svo forðastu fyrirsjáanlegt og venjubundið tungumál og leika þér með óalgeng lýsingarorð eða skemmtilegar setningar sem fá fólk til að taka önnur sýn.

Leyfðu eigin eldmóði og gleði að smitast út til annarra. Þegar þú segir sögu skaltu komast inn í tilfinningakjarna hennar með því að nota tjáningu, rödd og líkamstjáningu þegar þú tengir hana.

Tvö töfraorð til að kveikja endalausar umræður

Frá síðustu ábendingum okkar og brellu höfum við séð að það er alltaf ein ósögð regla um árangursrík samtöl: þau ættu að miða að því að tengjast, deila og njóta, frekar en að keppa eða framkvæma til að koma sjálfum sér áfram; Áhersla þeirra ætti að vera áfram á samræðu frekar en sjálfkynningu; Þessi fíngerða en djúpstæða breyting ætti að vera kjarninn í öllu sem þú tekur úr þessari bók.

Ein nálgun sem raunverulega fangar þetta hugarfar er að finna í endurbættum leiklist. Verið vitni að þessum orðaskiptum:

A: Brasilía yrði draumaáfangastaðurinn minn einhvern daginn, menningin, fólkið, sólin... svo ekki sé minnst á að æfa spænsku þar!

B: Spænska þín? Gerirðu þér grein fyrir að þeir tala portúgölsku í Brasilíu?

A: (smá vandræðaleg) Já, um... allavega held ég að það væri flott.
B: Jú... en hvernig stendur á því að þú byggir þessa ákvörðun á þekkingu um Brasilíu?
A: Ó, ég geri það - í skólanum var þessi æðislegi brasilíski krakki sem hjálpaði að kenna okkur portúgölsku...

B: Hins vegar hef ég heyrt að Brasilía sé með skelfilega glæpatíðni.

A: (fer að hugsa um leiðir út)

Hvað fór úrskeiðis hér? A virðist vera að reyna að komast áfram á meðan B virðist vera að skapa hindranir og hindranir á vegi hennar. Þó B hafi aðeins notað „en" einu sinni beinlínis, þá hefði auðveldlega mátt missa af þýðingu þess: þegar við notum orð eins og þessi - sem gera meiri skaða en gagn - til að afneita allt sem var sagt með því að hrekja aðra manneskju og afrétta umræður þeirra; við búum til hindranir sem trufla samtal frekar en að búa til eitthvað fljótandi eins og dans eða sátt. Skoðaðu bara aftur:
A: Ó maður! Brasilía væri svo ótrúleg upplifun fyrir mig - allt frá hlýju loftslagi og velkomnu fólki, til að æfa spænsku á opinberum stöðum! Ég vildi að það gerist einhvern tíma!

B: Svo þú ert reyndur spænskumælandi?

A: Jæja, ekki nákvæmlega - eins og ég sagði áður, æfing mun vissulega hjálpa!

B: Æfing er lykilatriði! Ekki fara til Brasilíu og móðga móður einhvers óvart í hvert skipti sem þú spyrð hvar lestarstöðin er...

A: Alveg rétt; það er sannarlega undirrót alls ofbeldis glæpagengja.

B: Algjörlega. Það verður að vera greining þarna úti einhvers staðar!

A: Rannsóknir eru til fyrir allt sem hægt er að hugsa sér... eða við gætum bara búið til okkar eigin... ég er alveg klár í að búa til efni...

Í miðju fyrsta samtals þeirra er þráhyggja B á að leiðrétta mistök A, ásamt stellingum og dómgreind frá A í kjölfarið. Þetta er næstum eins og sparileikur - hvað sem A segir, þá verður B að bregðast við með einhverju andstæðu. Hljómar brjálað þegar það er orðað svona en við höfum örugglega öll verið þarna?

En í seinni umræðu skipta ósannindi A engu máli; Samtal ætti einfaldlega að snúast um að skemmta sér og tengjast! Umræða ætti ekki að miða að því að komast að því hver er æðri eða réttastur; tilgangur þess ætti að vera skemmtilegur!

Engin þögn lengur! Þess í stað, þetta samtal inniheldur engin skýr "já, og" augnablik, samt yfirgnæfandi tilfinning um staðfestingu gegnir í báðum samræðum. Hvað sem A segir, þá samþykkir B að fullu og hleypur með það eins og það væri opinbert boðhlaup - hvorki A eða B eru of gagntekin af hvorugum röksemdum til að geta lagt fram inntak.
Enginn festist við fyrirfram gefnar hugmyndir um hvert samtal þeirra eigi að fara; Þess í stað taka þeir tilraunaaðferð sem skapar dásamlega, hlýlegan kjaft sem flæðir hratt, skapa líklega jákvæðar tilfinningar beggja vegna jöfnunnar - verða eitthvað meira en hvorugt gat ímyndað sér fyrirfram. Aftur á móti lét samtal 1 B finna að hann væri yfirburðamaður en að líkindum skildi vinstri manneskju A til minnimáttarkennd. Aftur á móti tókst samtal 2 að láta manneskju B líða yfirburða en með miklum persónulegum kostnaði fyrir sjálfa sig þar sem persóna A lítur nú líklega á hana sem hrokafulla eða móðgandi og kemst ekki nógu hratt frá honum nógu hratt!

Improv snýst allt um að segja, "Já, og" í staðinn fyrir, "Já, en."

Þessi leiðarvísir ætti aðeins að þjóna sem almenn yfirlit; lykilhugtakið hér er að bregðast við hverjum einstaklingi án dómgreindar, mótstöðu eða neikvæðni. Jafnvel smávægilegar vísbendingar um að þú hafir ekki samþykkt eða afturkallað geta skapað miklar hindranir á milli þín og þeirra - sem gerir raunverulegar, fjörugar og æðislegar samtöl erfiðara en nokkru sinni fyrr.

Í hvert skipti sem þú skiptir um umræðuefni eða snýr aftur að því þrátt fyrir tilraunir þeirra til að snúa sér frá gætirðu verið að segja lúmskt: "Nei, en." Hegðun þín gæti reynst vörn eða þrjósk vegna þess að hafa farið í þetta samspil með hugmynd um hvernig hlutirnir ættu að halda áfram; þegar þetta gengur ekki samkvæmt áætlun hættir þú að skynja vísbendingar frá hinum aðilanum og byrjar að spjalla eingöngu við sjálfan þig í staðinn.

Hefur þig einhvern tíma langað til að koma með eitthvað mikilvægt í samtali, aðeins til að það fari fljótt út fyrir efnið og gera punktinn þinn óviðkomandi? Reyndu að hafa náð til að sleppa takinu. Þó þér gæti liðið betur með því að halda fram málstað þínum af krafti þegar röðin kemur að þér að tala, gætu hlustendur þínir hugsað "heyrði hún jafnvel það sem ég sagði?"

Ekkert sýnir staðfestingu, viðurkenningu og staðfestingu á skilvirkari hátt en að bregðast hratt og sjálfkrafa við því sem fólk kemst upp með og útvíkka það í rauntíma. Sökkva þér niður í heima þeirra. Líttu á fullyrðingu þeirra sem algerlega "sanna", eins og í spunasketti.

Ótti getur komið í veg fyrir að fólk stígi þetta skref; kannski hugsarðu: "En ég veit ekki hvað ég á að segja! Ég verð á staðnum og hef ekkert fyndið að segja!" Já, þetta krefst æfingu en ef þú getur slakað aðeins á og „fylgst með straumnum" gætirðu uppgötvað að sumar mest grípandi samtölin eru þau þar sem enginn undirbúningur var nauðsynlegur.
Vertu einfaldlega til staðar. Það býst enginn við því að þú sért klár eða fyndinn eða snjall - þeir ætlast til að þú látir bara mæta!

Þegar samtal byrjar að reka inn á átakasvæði og þú finnur að þú festir þig í "en" gildrunni þinni skaltu anda djúpt og beina athyglinni út á við í staðinn. Taktu í staðinn það sem hinn aðilinn er að segja þér; leyfðu þeim að setja hraða, tón og umræðuefni - trúðu því að hvaða efni sem er geti skapað ljómandi samræður! Í stað þess að hafa áhyggjur af því að þú lítur út fyrir að vera ófullnægjandi í samtali - einbeittu þér frekar að því að gera útlit þeirra betra - þessi nálgun virkar töfra!

Ertu að leitast við átök við annan einstakling? Hér verður mikilvægt að hafa stíl og háttvísi í huga, sleppa „en".

Í stað þess að segja: "Þú vilt fara þessa leið en við munum lenda í umferð ef við gerum það," segðu: "Já, við gætum farið þessa leið en gætum lent í einhverri umferð líka - eða við gætum farið þessa aðra leið sem mun líklega vera hraðar."

Upplýsingar sem settar eru fram án rifrilda eða átaka eru auðmeltar; góðir samtalamenn kunna að vera ósammála án þess að tefla það sem raunverulega skiptir máli: skemmtileg tengsl.

Sama hversu sérvitur eða ósammála staða annars er, eða ágreiningur þinn við hana, þú getur samt byggt upp grípandi, kraftmikla tengingu. Haltu sjálfinu þínu í skefjum;

leggja niður handritið; trúðu á aðra! Rétt eins og í Whose Line is it Anyway? - allt er tilbúið og engin stig skipta máli!

Samantekt: Rödd þín er ótrúlegt orðlaust samskiptaform. Vertu minnugur á tónhæð, hljóðstyrk, framsetningu og hraða þegar þú notar það fyrir ræðumennsku; æfðu þig til að tryggja að þú hafir tilætluð áhrif á hlustendur þína.

Taugavísindamaðurinn Antonio Damasio komst að því að fólk tekur ákvarðanir ekki byggðar á rökfræði heldur tilfinningum - sem ætti að vera markmið þitt þegar þú leitar að þroskandi samböndum.

Notaðu opnar lykkjur til að búa til samtöl sem finnast rík, full og „fullkomin". Byrjaðu einfaldlega að segja sögu án þess að ljúka henni samstundis ef samtalið dafnar; að koma aftur seinna ef þörf krefur getur haldið hlutunum vel áfram.

Þegar þú talar skaltu vera meira grípandi með því að nota ferskt, nýstárlegt og lifandi tungumál. Notaðu myndlíkingar til að einfalda flókin efni í tungumál sem auðvelt er að tengja; tengjast tilfinningalega með því að nota sannfærandi tungumál og myndmál, sýna eldmóð.

Einbeittu samtalinu frá sjálfum þér og að hinum aðilanum, með það að markmiði að byggja upp tengsl frekar en að keppa eða framkvæma. Notaðu "já og" úr spuna gamanleik sem leið til að halda hlutunum opnum og kraftmiklum; vertu reiðubúinn að gefa út fyrirfram ákveðnar hugmyndir um hvert markmið samtals þíns ætti að vera og fylgdu því sem þróast náttúrulega - upplifunin verður eðlilegri, ánægjulegri og tengdari!

Það er satt sem þeir segja; þögn getur verið öflug! Viljandi skiptir líka máli: það sem við segjum ekki getur haft jafn mikið vald!

Eins og í tónlist eru bil á milli nóta jafn ómissandi í samræðum; þögn á réttu augnabliki og af réttlætanlegum ástæðum getur talað mikið um það sem verið er að miðla. Hlé ætti aðeins að nota vísvitandi.

Efnislegir þættir bæta uppbyggingu og dýpt við það sem verið er að fjalla um.

Þau veita bæði hlustendum og þátttakendum huggun í umræðum.

Sumir hafa tilhneigingu til að tala mikið og án þess að hætta. Tungur þeirra geta streymt af upplýsingum af ýmsum ástæðum - kannski deila þeir áhuga eða kvíða, kannski finnst þeim ekki heyrast og þurfa því að endurtaka sig til að gera mál sitt skýrara í hvert skipti.

Það er sama hver orsökin er, slíkt fólk hefur tilhneigingu til að vera ekki tekið alvarlega - og oft stillt af! „Að tala of mikið“ getur þýtt margt: að endurtaka sjálfan sig; að nota óþarfa eða flókin orð þar sem einfaldari myndi duga; draga fram setningar umfram æskilega lengd; sífellt að fara á hliðarbrautir eða víkja í óviðkomandi samtölum. Einn hluti þess felst líka í því að fylla hverja stund með umræðu þar til ekkert öndunarrými er eftir!
En að taka tíma til að staldra við, ígrunda og íhuga hvert orð vandlega áður en þú talar mun hafa margvísleg áhrif. Í fyrsta lagi munt þú slaka á sjálfum þér - ef þú finnur að þú verður fljótur andlaus eða röddin verður köfnuð eða óþægilega hljómandi þegar þú talar upphátt er líklegt að öndun þín hafi ekki slakað almennilega á; öndun slakar á bæði líkamanum og raddboxinu, hjálpar röddinni að hljóma afslappaðri fyrir vikið og róar þannig aðra þegar þeir heyra hana í raddhólfum sínum! Með því að heyra slökun í talhólfinu þínu mun fólki líða betur sjálft - sem og sjálfstraust frá því að tala upphátt!

Hlé gefa hlustendum þínum tíma til að vinna úr því sem þú hefur sagt. Að gera þetta kurteislega minnir áhorfendur á að þó að þú skiljir nú þegar það sem þeir þurfa að heyra, gætu aðrir ekki ennþá. Drífðu þig af stað án þess að gefa þeim þennan tíma - þetta gæti bara misst áhuga þeirra alveg.

Að hraða og stilla ræðuna með hléum gefur ró, reisn og nærveru huga í hvaða ræðu sem þú flytur. Hefur þú einhvern tíma óskað þess að þú hefðir talað meira kæruleysi? Eflaust ekki; en það eru miklar líkur á að þú sjáir eftir því að hafa talað án þess að hugsa eða taka ákvarðanir án mikillar íhugunar; með því að staldra við gefurðu þér tíma til að velta fyrir þér hvers vegna og hvað er að gerast með það sem þú ert að gera og hvert forgangsröðun þín er að stefna.

Að gera hlé gefur þér öndunarrými til að fylgjast með hvernig aðrir bregðast við, svo að þú getir stillt þig strax ef þörf krefur. Hefur þú einhvern tíma talað við einhvern sem virðist ekki vita að sagan þeirra leiðist þig til tára? Þeir gætu bara verið of á kafi í að segja því að þeir taki ekki eftir því að þú hafir ekki áhuga. Að auki getur hlé verið tilvalin staðgengill fyrir pirrandi fylliorð eins og „um“ og „eins og“.

Hægðu á þér. Gerðu tilraunir með að bæta lengri hléum inn í ræðuna þína - frá einni eða tveimur sekúndum að lengd (þú gætir talið "eitt Mississippi" í höfðinu þínu sem vísbendingu!). Með því að iðka þessa vana muntu koma yfir þig sem vísvitandi, öruggari og stjórnsamari; margir óttast að gera hlé af ótta við að aðrir missi áhugann eða trufli; en prufaðu þetta bara sem tilraun og sjáðu hversu vel það gengur! Þú gætir komist að því að þú kýst það frekar en truflandi svör!
Svo framarlega sem þín eigin orð eru meðhöndluð af alúð og tillitssemi, eru aðrir viljugri til að endurgjalda viðleitni þína.

Hvar ættir þú að gera hlé? Hafðu það eðlilegt með því að setja þær þar sem kommur eða punktar myndu venjulega birtast í rituðu máli. Að gera hlé eftir að hafa komið með mikilvægan punkt eða áður en ný setning er hafin eða að birta áhugaverðar upplýsingar eru allt áhrifaríkir staðir fyrir íhugun eða hugsun áhorfenda - til dæmis eftir áhugaverða orðræðuspurningu og þegar það er ásamt viðeigandi líkamstjáningu eða svipbrigðum getur það jafnvel reynst meira öflugur en nokkur orð! Lærðu uppistandsmyndasögur og þekkta fyrirlesara til að fá innblástur hvað varðar hvenær og hvar þeir gera hlé sem og heildarhraða þeirra og hvar gert hlé frá þeim stað sem þeir stoppa venjulega á.

Að hlusta á viðurkenningarræðu Obama forseta sem dæmi. Taktu eftir notkun hans á pásum (mörgum!) til að gefa ræðu sinni þyngdarkraft og kraft á sama tíma og hann gefur áhorfendum sínum tíma til að bregðast við því sem hann er að segja. Hlé hans leyfa honum að njóta og upplifa til fulls hvert orð sem hann kemur frá sér á meðan hann heldur athygli þeirra - eitthvað sem þú ættir að reyna að gera í ræðum þínum til að gefa því miklu meira vald og vægi en einfaldlega að tala hratt og hratt í gegnum þau öll.

Finndu textagrein og æfðu þig í að segja hana upphátt á þeim hraða sem þú vilt til að öðlast sjálfstraust og auðvelda að tala upphátt. Einbeittu þér fyrst að öndun: þegar öndun þín er slétt og jöfn, muntu líða afslappaðri og líkari þegar þú talar upphátt; reyndu að draga djúpt andann á sama tíma og sjáðu fyrir þér að þau losna hægt út án þess að hraða orðum í orð; endurtaktu þar til við finnum slétt flæði - þegar við verðum kvíðin (eða spennt!), grunnt eða óreglulegt öndunarmynstur getur valdið þéttum, háum röddum eða andlausum. En þegar öndun reglulega gefur meira frelsi - bókstaflega talað!

Notaðu Pareto meginregluna. Pareto meginreglan, sem er kannski betur þekkt undir daglegu nafni sínu "80-20 regla", segir einfaldlega að 20% inntaks skili 80% af niðurstöðum. Þessi regla hefur lengi verið notuð í viðskiptum en við getum öðlast frekari innsýn þegar við beitum henni sjálf.
Notaðu það í heim okkar samskipta og samtalshæfileika, sérstaklega til að verða betri hlustendur.

Við skulum byrja á því að spyrja okkur þessarar spurningar: í síðasta samtali þínu, varstu að reyna að vera áhugaverður eða áhugasamur? Eða við getum sett það á annan hátt: er tilgangur samtals að sýna einhverjum það sem þú veist eða læra það sem þeir vita?

Við skiljum öll gildi virkrar hlustunar, en hversu mörg okkar æfa það í raun og veru? Að beita Pareto meginreglunni á hlustun þýðir: 80% samtala ættu að snúast um aðra og 20% ættu að snúast um sjálfan þig - þó að ef þetta virðist þér óvenjulegt skaltu íhuga hversu mörg samtöl hafa raunverulega átt sér stað þar sem þessu hlutfalli var snúið við!

Hér eru nokkrar árangursríkar aðferðir til að fjarlægja, leiðinlega og þreyta aðra í samræðum fljótt:

Að „varpa" sögunni þinni yfir á þá, taka yfir samtalsútsendingartíma og gera allt um sjálfan þig eru allar leiðir sem gætu komið í veg fyrir.

Reyndu að beina samtölum að efni sem þú vilt að þeir fari; hlustaðu þegar einhver breytir um umræðuefni varlega en breytir fljótt aftur yfir í umræðuna þína eins og enginn hafi talað áður en þú heldur áfram rökræðum þínum um mál þitt án þess að gefa eyrun frá öðrum!

Ef þú gerir þitt besta til að vekja hrifningu, ræðu eða hrósa öðrum í því skyni að einbeita sér að samtali eða tengja allar hugmyndir aftur við sjálfan þig í gegnum persónulegar sögur, mun líklega falla niður hjá þeim sem eru í kringum þig. Að vera þessi manneskja sem truflar aðra með "jæja reyndar..." athugasemdum. Að vera falsaður og ósvikinn á meðan þú keyrir árangurslaust, fyrirsjáanlegt „handrit". Til dæmis, að spyrja hvernig einhverjum hafi það og stilla sig svo alveg út þegar svarið kemur frá þeim þar sem tími spurningarinnar er liðinn er önnur tegund af fals og skorti á virðingu

Eins mikið og við reynum öll að verða betri samtalsmenn, þá getur þessi löngun í raun slegið í gegn ef áhersla okkar er eingöngu á að verða „betri". Með öðrum orðum, í stað þess að spyrja hvernig get ég bætt mig, "hvernig get ég gert mig áhugaverðari eða karismatískari?" í staðinn gætum við velt fyrir okkur:

Þú veist nákvæmlega hvar málið liggur; þetta beinist allt að þér.
Ef þú vilt virkilega verða grípandi samtalamaður skaltu spyrja sjálfan þig þessara spurninga: "Hvernig get ég látið samtalafélaga mínum líða vel?" Það er mikilvægt að njóta og dýpka tengsl mín við þau, en að læra af þeim og hjálpa þeim að skína er líka lykilatriði.

Hugarfarslega séð er þetta allt öðruvísi; það er munurinn á því að vera áhugaverður og trúlofaður! Jafnvel grípandi einstaklingur getur orðið þreytandi að tala við ef samskipti þeirra leiða til þess að öðrum finnst hunsað, leiðindi eða vísað frá!

Það getur verið krefjandi að vera virkur hlustandi. Þú þarft að gera meira en að bregðast við; þú þarft að hlusta! Fyrst skaltu fylgjast með. Farðu í samtöl án dagskrár, forsendna eða hlutdrægni í huga - reyndu að átta þig á því að hvaða efni sem er gæti komið upp í samtölum og að hvert samtal er lifandi samsköpunarupplifun - er það ekki spennandi? Vertu forvitinn þegar framvindan á sér stað.

Þegar þú hlustar skaltu reyna að hugsa ekki fram í tímann þegar röðin kemur að þér að tala í framtíðinni. Ekki hugsa fram í tímann um hvernig þú gætir brugðist við eða síað allt í gegnum síu til að ákveða hvort það sé sammála eða ósammála því sem hefur verið sagt - verkefni þitt hér ætti aðeins að vera að hlusta og safna upplýsingum á meðan þú horfir í augun á manneskjunni svo sem að skilja heimsmynd hans/hennar - hvernig það er að vera þau núna, hvaðan koma þau raunverulega og svo framvegis.

Eins og einhver talar, veitir slíka athygli mun hann bara vera ánægðari en áður. Algeng virk hlustunartækni er að endurtaka það sem hefur heyrst til baka til að sýna skilning þinn, þó að þetta skref sé ekki algjörlega nauðsynlegt ef einhver telur sig hafa fulla athygli þína.

Virk hlustun er endurtekin, sem þýðir að þú verður að stilla og fínstilla á meðan þú ferð. Vertu viðbúinn því að koma á óvart ef samtalið tekur óvænta stefnu; ekki hoppa til að verja eða útskýra eitthvað sem þú ert ósammála, til dæmis ef einhver nefnir svæði sem þú þekkir vel; einbeittu þér frekar að skilningi og tengingu frekar en að svara, meta eða afneita þar sem þetta mun allt skipta miklu fyrir þig sjálfan og hinn sem í hlut á!
Nú gætirðu hafa velt því fyrir þér: "Ef ég er að hlusta 80% af tímanum og tala aðeins 20%, hvernig get ég nokkurn tíma tjáð það sem ég vil? Þarf ég að setja sjálfan mig í annað sæti allan tímann bara svo ég geti verið áhrifaríkur samræðumaður?" En ef við skoðum nálgun okkar frá öðru sjónarhorni kemur þessi spurning frá hugarfari sem lítur á samtöl sem keppni frekar en ánægjuleg samskipti tveggja einstaklinga, þar sem talað er meira metið en hlustun. Minntu sjálfan þig: það er fullkomlega mögulegt að eiga frábærar, mjög ánægjulegar umræður, jafnvel við einhvern sem við tölum mjög lítið við!

Satt best að segja, að gefa fólki pláss og tryggja að það finni að það heyrist mun eðlilega hvetja það til að endurgjalda látbragði þínu um að gefa því rými til að tjá sig, sem leiðir til þess að það lætur í sér heyra án vandræða. Aftur á móti, ef fólk fær það á tilfinninguna að þú sért alltaf að keppast eftir athygli eða að reyna að ráða yfir samræðum gæti það verið minna hneigðist að gefa þér útsendingartíma og mun í raun ólíklegra leyfa þér að tala.

Næst þegar þú tekur þátt í samtali skaltu hafa í huga hvernig fókusinn þinn breytist með tímanum. Fylgstu með sjálfum þér augnablik fyrir augnablik til að sjá hvort það lendir meira á þér sjálfum, hinni aðilanum eða almennt viðfangsefninu. Þó að það sé í lagi að taka miðpunktinn af og til, reyndu að víkja frá sjálfum þér með því að halda augnaráðinu út á við og í burtu frá sjálfum þér með aðferðum eins og:

Spurning um hvað hafi hvatt þá til að flytja úr landi er lykilatriði hér; reyndu til dæmis að spyrja: "hvað varð til þess að ákvörðun þín var innblásin?")

Hvetja þá til að tala meira ("Já?" eða "Hvað þá?")

Upphrópanir ("Vá!")
Eftir að einhver talar, gefðu þér tíma til að vinna úr því sem hann sagði án þess að trufla samstundis; Gefðu þér nægan tíma til úrvinnslu áður en þú svarar beint eða neyðir einhvern af sviðinu til að koma að þér. Spyrðu opinna spurninga sem bjóða upp á að deila áður en þú þegir sjálfur til að leyfa öðrum að tala frjálslega. Einbeittu allri athygli þinni að þeim þegar þú talar upphátt.

Ef þú vilt frábært dæmi um virka hlustun í aðgerð, horfðu á hvaða frábæra sjónvarpsspjallþáttastjórnendur taka viðtal við gesti sína. Taktu eftir því hvernig, þversagnakennt, þeir koma út fyrir að vera viðkunnanlegir og karismatískir, jafnvel þó þeir hafi algjörlega látið gestinn sinn skína!
Horfðu á hvernig, kaldhæðnislega, hæfileiki þeirra til að leyfa hinum að tala á þægilegan hátt gerir það að verkum að þeir virðast sjálfsöruggir, stjórnsamir og afslappaðir - vísbending um hversu þægilegt og afslappað þeim líður með sjálfum sér og að láta aðra líta vel út! Næst þegar þú talar við einhvern skaltu setja þig inn í hugarfar þeirra og taka eftir því hversu stórkostlega hlutirnir breytast!

Örtjáningar geta talað mikið.

Hingað til höfum við kannað ýmsar ábendingar og aðferðir fyrir áhrifarík samskipti og samskipti við aðra til að gera sjálfan þig strax meira aðlaðandi og tengdan við þá. Nú skulum við einbeita okkur að því að skilja fólk.

Samskipti fela í sér tvær hliðar - bæði sendanda og viðtakanda skilaboða. Ef þú getur skynjað nákvæmlega hvernig skilaboðin þín hafa lent og skilið það sem aðrir deila með þér með nákvæmari hætti, munu samtölin þín flæða auðveldara og þú munt skilja aðra betur, leiða til þess að þeim líður eins og þú skiljir þau meira, sem leiðir til þess að þeir íhugi þú vingjarnlegri, viðkunnanlegri og karismatískri fyrir vikið.

Ef þér finnst samskipti óþægileg eða skrítin án þess að skilja hvers vegna, eða þér finnst þú oft vera misskilin, gæti það verið undir því komið hvernig það sem fólk segir er frábrugðið því sem það raunverulega finnst og hugsar. Að verða duglegur lesandi fólks krefst bæði athugunar og innsæis í jöfnum hlutum.

Örtjáningar eru ofurhröð (1/15 úr sekúndu!) svipbrigði sem talin eru vera ósvikin vísbending um tilfinningalegt ástand fólks. Svipað og "macroexpressions", en með styttri áhrifum. Sem dæmi má nefna reiði, ótta, viðbjóð og undrun. Hver sem er getur falsað eða falið bros en ef einhver getur náð örtjáningu gefur þetta innsýn í hvað fólk raunverulega upplifir, óháð myndinni sem það sýnir.

Skilningur á örtjáningu hjálpar okkur að skilja betur hvers vegna við getum stundum dregið okkur út úr félagslegum aðstæðum.
Óvissa getur verið á milli opinberra samræðna og ósagðs undirferlis; þegar þessar tvær sögur rekast á óafvitandi gætirðu skynjað óþægindi án þess að gera sér grein fyrir hvers vegna. Með því að vera meðvitaðri um örtjáningu gætirðu samt betur greint hvers kyns tvíræðni, grímu eða beinlínis sviksemi annarra.

Eitt dæmi væri þegar einn af vinum maka þíns stingur upp á því að fara að drekka þó það sé seint og allir orðnir þreyttir. Félagi þinn brosti kurteislega en blikaði þér strax í áttina að þér með hertu líkamstjáningu og örlítið flökti í brún við að heyra þessa tillögu, sem sýndi að hún ætlaði aðeins að vera kurteis með því að samþykkja. Þú brostir kurteislega en hafnaðir þessu tilboði vinar þíns af virðingu.

Taktu eftir mismun gerði þér kleift að fá mun dýpri lestur á hversdagslegum aðstæðum. Konan þín hafði samþykkt opinberlega, samt sýndu örtjáningar hennar raunverulegar tilfinningar hennar - hefðir þú misst af þessari vísbendingu hefði kvöldið getað orðið öðruvísi; að vera næmur fyrir jafnvel litlum „seigjum" um raunverulegar tilfinningar hefur hjálpað til við að skapa einhvern sem er þátttakandi og skilningsríkari.

Á meðan þú vinnur gætirðu fylgst með samstarfsmanni verka reiður. Með því að lesa aðrar vísbendingar og fylgjast með örtjáningum hans kemurðu hins vegar til með að trúa því að hann gæti í raun verið hræddari en reiður; Því þegar þú talar við hann næst skaltu vanda þig til að létta hann, hægja á þér og bjóða upp á lausnir frekar en að fara í vörn (eins og flestir myndu gera þegar reiður einstaklingur stendur frammi fyrir!). Hann gæti upplifað samskipti þín sem sérstaklega leiðandi eða samúðarkennd - en þetta náðist ekki með einhverjum töfrandi hæfileika!
Örtjáningarlestur býður einnig upp á annan kost: að afhjúpa lygar! Til dæmis, ef einhver segist elska afmælisgjöfina sem þú gafst þeim og strax eftir að hafa gert það birtir hann andstyggð og losti, getur það gefið vísbendingu um hvað á ekki að gefa þeim á næsta ári!

Mundu bara að lestur örtjáninga ætti að vera samhliða öllum öðrum athugunum sem þú gerir. Sérstaklega með fólki sem þú þekkir ekki vel, það er best að bera allar athyglisverðar athuganir saman við grunnlínu til samanburðar og leita að mynstrum frekar en einstökum atvikum; eitthvað sem varir aðeins í 1/15 úr sekúndu gæti auðveldlega farið óupptekið eða rangtúlkað!

Sumir kunna að halda því fram að flestar hverfular andlitshreyfingar séu svo hraðar að erfitt sé að greina þær meðvitað - í því tilviki, treystu innsæi þínu og treystu innsæi þínu. Ef einhver virðist vingjarnlegur en veldur þér óþægindum þegar þú talar við þá skaltu ekki gera lítið úr skynjun þinni; kannski hefur undirmeðvitund þín greint misræmi á milli orða þeirra og þess sem þeim raunverulega finnst; líkami þinn og hugur gætu einfaldlega verið að vara þig við!

Hefur þú velt því fyrir þér hvers vegna fólk smellir
Hefurðu einhvern tíma haft þessa "smellu tilfinningu" þegar þú tekur þátt í samtali? Emma Templeton og samstarfsmenn hennar gerðu tilraun til að rannsaka það og birtu niðurstöður sínar árið 2022 í tímaritinu Psychology and Cognitive Sciences.

Það sem þeir gerðu var að biðja pör af bæði ókunnugum og vinum að spjalla áður en þeir létu vita af tengingarstigi þeirra eða „smella". Teymið komst að því að þegar pör höfðu hraðan viðbragðstíma voru líklegri til að tilkynna um að hafa smellt. Kannski vegna þess að vera nánari með fólki með hraðari og hraðari viðbragðstíma en hægari viðbragðsaðilum? Hraðari viðbragðsaðilar hafa ómeðvitað tilhneigingu til að láta fólk líða nær.

Rannsakendur sáu svipaða niðurstöðu þegar aðrir voru beðnir um að fylgjast með og meta samtöl milli tveggja einstaklinga og meta hvort þeim fyndist þetta tvennt vera samhæft eða ekki - þeir tóku líka fram hraðari viðbragðstíma = betri tengingu.

En fyrst, nokkrar fyrirvarar varðandi þessa rannsókn. Rannsakendur komust aðeins að því að fólk var líklegra til að tilkynna um sterk tengsl við félaga sem svöruðu hratt; það er að segja að þeir sem þeim fannst skildu þá vel og það samtal gekk snurðulaust fyrir sig. Hvort þetta jafngildir raunverulegum skilningsböndum er ekki vitað. Samt á endanum skiptir það kannski ekki miklu máli á milli þess að vera tengdur á móti því að vera tengdur?

Önnur takmörkun rannsóknarinnar var takmarkað umfang hennar: Hún gerði aðeins athugun - samtöl með hraðari viðbragðstíma hafa tilhneigingu til að vera lýst sem tengdari - en þýðir það að við getum aukið hversu vel tengt öðru fólki finnst við okkur ef við bregðumst hraðar við ? Því miður er þetta eitthvað sem rannsóknin kannaði ekki, en þú getur vissulega prófað þetta sjálfur!

Næst þegar þú tekur þátt í samtali, reyndu að borga meiri athygli en einfaldlega að svara tíma (sem er bara mælikvarði) heldur almennri svörun. Fólk upplifir sig mest tengt, sést, viðurkennt og skilið þegar það virðist vera eins og annar aðili sé þarna með því að bregðast hratt við, fylgjast með og hlusta vel - hugsaðu þér hversu illa útlandasímtal gengur með töfum! Aðdráttarsímtöl með smávægilegum töfum geta haft svipaðar niðurstöður - okkur finnst erfiðara að koma á ekta flæði á milli okkar allra.

Gamlir vinir njóta oft afslappandi þagna sín á milli; þó til að viðhalda heilbrigðu samtalsflæði og forðast eyður. Ef það er einhvern tíma hik á milli umræðuefna skaltu snúa aftur í opna lykkju (sjáðu hversu gagnleg þau geta verið?) eða sett fram opna spurningu til að koma hlutunum í gang aftur. Þú þarft ekki endilega að bæta einhverju nýju við samræðurnar til að þær teljist skjót viðbrögð - sýndu einfaldlega að þú hefur heyrt og skilið sögu þeirra, eins og að kinka kolli með höfðinu þegar þeir tala eða passa andlitssvip þegar þeir tala.

Einfaldlega að spyrja spurningar getur oft endurvakið tafða umræðu. Viðbótarþáttur sem þarf að hafa í huga þegar þú spyrð fyrirspurn: hugsanlegt svar.
Samræðuhamfarir eiga sér stað oft þegar báðir þátttakendur hafa klárað efni. Ef þetta er þú, taktu eftir því að núna gæti verið kjörið tækifæri til að dýpka samskiptin - það gæti bara verið merki um að eitthvað sé tilbúið til að breytast hvað varðar dýpt samræðna - prófaðu kannski að æfa smá uppljóstrun, eða breytast í að ræða eitthvað persónulegri?

Hins vegar, þó að það sé alltaf best að halda hlutunum fljótandi og létt í lund, ekki láta þráhyggju um að fylla róleg eyður verða kvíða eða örvæntingu. Ef þú finnur fyrir kvíða og reynir í örvæntingu að segja eitthvað bara til að fylla þögnina á milli samræðna, gæti þinn eigin kvíði endað með því að gera nákvæmlega það!
Við skulum vera heiðarleg - stundum geta samtöl orðið óþægileg og þögn læðast inn óháð því hvað við gerum okkur til að brúa þær. Ekki þarf að fylla hverja þögn og ekki hvert samtal verður æfing í vitsmuni og fágun - ef hlutirnir virðast óþægilega óþægilega gæti verið best að ljúka umræðunni með þokkabót svo það sé enn hægt að endurskoða hana á öðrum tíma þegar efnafræðin gæti verið önnur.

Vertu alltaf rólegur og öruggur, haltu áfram að vera vingjarnlegur ásamt því að framkalla lok samtals sem eitthvað grátlegt: „Jæja, það hefur verið gaman að spjalla;

því miður verð ég að fara núna; óska mér til hamingju með kynninguna þína í næstu viku og vonandi sjáumst við einhvern tímann !"

Kanna átök jarðsprengjur

Svo langt svo gott. En hvað gerist þegar samtöl ganga ekki eins og búist var við og ágreiningur kemur upp á milli þín og hinnar manneskjunnar? Í sveiflukenndu pólitísku landslagi nútímans virðast hugmyndafræðileg rök ríkjandi en nokkru sinni fyrr, hækka hlutinn enn meiri - þér líður eins og hinn aðilinn hlusti ekki á "rökfræði", samt finnst honum svipað um þig!

Hefur þú einhvern tíma tekið eftir einhverjum sem heldur tveimur að því er virðist ósamræmilegum viðhorfum sem fara alls ekki saman? Þetta fyrirbæri er kallað vitsmunaleg ósamræmi: þegar tvö gagnkvæm andstæð sjónarmið eru samtímis. En ekki búast við því að fólk (þar á meðal þú sjálfur!) hætti að hafa þessar skoðanir einfaldlega vegna þess að þú bendir á vitsmunalega mismunun - í staðinn getur það haldið áfram skoðunum sínum óháð því.
Að festa sig enn þéttari við skoðanir og hugtök sem hjálpa til við að mynda andlega vinnupalla þeirra getur aðeins styrkt það enn frekar - jafnvel þótt þessar hugmyndir virðist óskynsamlegar eða óskynsamlegar.

Hvernig getum við nálgast vitræna dissonance? Jæja, það fyrsta er fyrst: viðurkenna það innra með þér. Okkur finnst gaman að trúa því að við höfum alltaf vit; með því að viðurkenna hvenær og hvers vegna skynsamlegir hugsunarferli okkar passa ekki við sjónarhorn annars, öðlumst við meiri skilning. Ennfremur, lærðu hvenær einhver talar frá vitsmunalegum misræmi: þannig muntu vita hvenær einhver er að koma með staðhæfingar frá þessari stöðu átaka eða vitsmunalegrar ósamræmis.

Þeir virðast undrandi yfir nýjum upplýsingum en eru ekki tilbúnir til að breyta stöðu sinni í samræmi við það.

Þeir geta ekki tjáð sjónarmið þitt nákvæmlega.

Þeir gera ráð fyrir að ætlun þín að tala við þá sé illgjarn.

Eftir því sem þeir þróast breyta þeir markmiðum eða skilgreiningum í samræmi við það.

Fólk hefur tilhneigingu til að bregðast við í reiði og reiði við að vera sakað um eitthvað. Þeir öskra eða verða reiðir þegar einhver mætir þeim beint um eitthvað.

Persónu- og sjálfsmyndarmat leggur meiri áherslu á einstaka eiginleika þína frekar en á hvaða rök eða fullyrðingu sem þú ert að halda fram.

Þeir hverfa fljótt frá umræðunni án þess að gefa eftir eða gefa eftir.

Hvað gerist ef þú lendir í þessum einkennum hjá öðru fólki? Ættirðu að ráðast beint í þá og fara í bardaga? Alls ekki! Þessi manneskja heldur líklega ekki hagsmunum þínum í góðri trú og getur því ekki tengst þér á áhrifaríkan hátt með rökræðum; Vitsmunalegar skoðanir þeirra koma í veg fyrir innihaldsríkar samræður við þig.

Með því að minna á gullnu samræðuregluna okkar er mikilvægt að hafa þetta markmið í huga: tengjast, skilja og tengja. Oft þegar við erum í rifrildi (sérstaklega við einhvern sem neitar að hlusta!), gleymum við þessari grundvallarstaðreynd - hvert samtal meðal vina, samstarfsmanna og samstarfsaðila hefur tilhneigingu til að vera tilfinningalegt frekar en rökrétt.

Þegar maður stendur frammi fyrir vitsmunalegum misræmi er besta ráðið að blandast ekki í óþarfa rökræður við þá sem ekki geta eða neita að sannfærast um annað; í staðinn ættum við að vinna að því að byggja upp samband aftur og finna leiðir til að endurheimta sambönd. Það getur vel verið rétt að muna þetta, muna eftir fyrsta eðlishvötinni!
Fólk bregst við á þennan hátt vegna ótta - þegar það skynjar einhverja ógn við ósamræmi þeirra, mun það gera allt sem þarf til að verja sig og halda fast við stöðu sína - að ýta lengra mun aðeins styrkja það enn frekar og versna viðleitni þína til sátta.

Nú er kominn tími til að hætta að ýta.
Næst þegar rifrildi stigmagnast inn á þetta stig skaltu taka skref til baka og tengjast aftur. Ein aðferðin gæti falið í sér að gera meinlausan brandara sem vekur hlátur án þess að móðga persónu þeirra beint; létta á hlutunum á meðan þú sendir þau skilaboð að þrátt fyrir að við værum ósammála þá væri samt virðing á milli okkar beggja og þú værir að hlusta; þetta dregur úr ógnunarstigum og mun draga úr vörn þeirra.

Ertu þreyttur á að takast á við varnarhæfni og vitsmunalegan mismun hjá öðrum? Bjóddu því óvart sjálfur. Ef svo er gætir þú óafvitandi verið að bjóða upp á varnarhæfni og vitsmunalega mismunun með viðhorfi þínu og nálgun. Nánar tiltekið, að nálgast þá sem eru sammála þér (eða "koma til þín") sem sönnunargagn um yfirburði gæti sett fólk á kant; að ramma samræður á svipaðan hátt og núllsummuleikir þar sem hvor aðili kennir hvor öðrum um er örugg leið til átaka! Að vera hrokafullur eða þrjóskur veitir aðeins þeim sem eru í kringum þá innblástur!

Annað hugarfar felur í sér að óafvitandi þrýsta á fólk til að verða fullkomnar útgáfur af sjálfu sér og lifa í samræmi við gildi þeirra strax, eða hætta á að missa heilindi. Segðu að einhver hafi viðurkennt í samtali um grænmetisætur að kjötát valdi skaða - þeir myndu líklega fara í vörn ef þú krafðist þess að þeir breyttu mataræði sínu strax í samræmi við þennan nýja skilning; stundum þarf fólk einfaldlega tíma til að koma!

Þriðja hugarfarið á sér stað þegar við höldum fyrri hegðun fólks gegn því. Hugleiddu þetta: þegar samtalafélagi þinn verður andstæðingur, verður samkomulag þeirra við þig að viðurkenna ósigur - hver myndi vilja það?! Með því að koma þeirri hugmynd á framfæri að þú sért til í að vinna þá í stað þess að tengjast, læra eða skilja, setur þetta báða menn á varðbergi gegn því að verða fyrir árás sem andstæðingar og gæti hugsanlega leitt til mótstöðu á báða bóga.
Þegar þú tekur þátt í sífellt heitari umræðu skaltu draga djúpt andann og halla þér aftur. Taktu eftir líkama þínum. Þegar hálsinn þéttist eða raddhæðin hækkar skyndilega, gæti þetta verið náttúruleg bardaga- eða flugviðbrögð líkamans. mundu að þú ert bara í samtali og hættu til að minna þig á að það þarf ekki að fara lengra en þetta.

Gerðu þér grein fyrir því á því augnabliki að ef þú heldur áfram í núverandi átt er líklegt að samskiptabilun verði. En þú hefur val; hagaðu þér á þann hátt að forgangsraða sátt, skilningi og flæði fram yfir sjálfsbundin rök um hver ætti að hafa rétt fyrir sér - þegar þessi breyting tekur gildi muntu gera þér grein fyrir að raunverulegar samræður geta hafist og það er miklu skemmtilegra!

Samkennd og blindir blettir
Samtalsgreind felur í sér meira en bara að vera heillandi. Hversu oft hefur þú lent í samræðum sem voru síður en svo skemmtileg en þóttu nógu skemmtileg frá sjónarhóli annars? Þeir gætu haldið að þeir séu grípandi á meðan þú hélst annað!

Hugsaðu um hvernig stundum getur þessi kraftaverk unnið gegn þér!

Því miður er það sem gerir okkur fátæk í samræðum líka það sem kemur í veg fyrir að við gerum okkur grein fyrir hvers vegna: meðvitundarleysi og sjálfhverf.

Hversu vel hefur þú verið að segja og spyrja, að reyna að vera áhugaverður á móti áhuga? Þegar reynt var að koma öðrum að sjónarhorni þínu, gæti einn mikilvægur upplýsingar hafa gleymst: þeir voru ekki að njóta þess sem var verið að kynna fyrir þeim. Það þýðir að þú gætir hafa orðið blindum blettum í samræðum að bráð - þar sem einhver heldur að þú sért að tala beint við hann á meðan þú talar við annan einstakling án þess að gera þér nokkurn tíma grein fyrir því hvað raunverulega málið er ... og þú ert ómeðvitaður.

Sjálfsvitund, aga og æfingar eru nauðsynlegar til að forðast að haga sér eins og samtöl séu einfaldlega "að flytja eintöl í félagsskap annars manns." Svo oft talar fólk framhjá hvert öðru án þess að gera sér grein fyrir mistökum samræðna.

Karakterinn þinn kann að virðast heillandi, en það er kannski ekki að þýða raunveruleikann! Þetta er auðvelt að útskýra: þegar þú tjáir þig og deilir skoðunum þínum með einhverjum losnar dópamín og getur skapað þá fölsku trú að þessi losun dópamíns upplifist líka af þeim - gefur ranga tilfinningu að þeir séu ánægðir þegar þeir gætu verið í raun og veru. finnst leiðinlegt, firrt eða hafnað! Við gætum saknað þess að dópamínmagn þeirra hafi ekki hækkað, sem leiðir til þess að við gerum ráð fyrir að hinn aðilinn finni fyrir sama suð af sjálfstjáningu en þessi verðlaun taugaboðefnalosun gæti alveg eins valdið okkur. Hins vegar, á meðan heilinn okkar verðlaunar okkur með dópamíni, losar svipuð taugaefni sem losna við höfnun eða líkamlegan sársauka!

Hlustandi þinn gæti farið í ósjálfráða bardaga-eða-flug ham og líkamar þeirra gætu byrjað að framleiða kortisól, hindra framkvæmdastarfsemi (framheilaberki) á meðan neðri heili þeirra (amygdala) tekur við; ekki lengur að fylgjast með eða taka þátt - og frá þínu sjónarhorni gæti þetta farið algjörlega óuppgötvað... nema þeir sýni samúð með aðstæðum þínum.

Samkennd gerir okkur kleift að sjá út fyrir blinda blettina okkar og vera meðvituð um aðra þegar við gætum orðið annars hugar eða upptekin af sjálfum okkur, þess vegna er samtalsgreind lykillinn fyrir árangursríkt samtal. Þó að þróa það krefjist æfingu, eru hér nokkrar gagnlegar aðferðir sem þú gætir prófað í næsta samtali þínu - allar krefjast stöðvunar á forsendum:

Byrjaðu á því að viðurkenna að þú gætir haft blinda bletti í samræðum; hvenær sem þú heldur að þessi leið sé sönnun þess að þetta gæti örugglega verið raunin!

Önnur lykilráð er ekki að gera ráð fyrir því að aðrir deili hugsun þinni, skoðunum og sjónarhornum á neinu - sérstaklega varðandi eitthvað sem er mikilvægt fyrir þá. Forðastu að giska.

Samtal snýst allt um að hitta einhvern nýjan; ekki gera ráð fyrir að þú þekkir þá þegar eða skoðanir þeirra; spyrðu fleiri spurninga í stað þess að koma með staðhæfingar!

Ekki gera ráð fyrir að allir sjái samtöl á sama hátt og þú. Markmið okkar og þarfir við að tala við aðra geta verið mismunandi; þess vegna ættir þú ekki að gera ráð fyrir að skilningur þeirra sé eins og þinn. Fólk dæmir út frá mismunandi forsendum þegar það talar við aðra.

Árangur má skynja á ýmsa vegu. Þó að þú gætir séð samskipti sem tækifæri til að deila þeirri þekkingu og áhugamálum sem þú býrð yfir - gætu þau einnig veitt tækifæri til vaxtar í faglegu samhengi.

Hvernig er hinn aðilinn að skynja þetta samtal og allar staðreyndir sem þú ert að miðla til þeirra? Þetta eru mikilvægar upplýsingar.
Samkennd byrjar með skilningi.
Oft gerum við ráð fyrir að það sem við segjum geti aðeins haft eina merkingu; Í sannleika sagt er merking aðeins fengin þegar hlustandinn hefur skilið hana.

Samtal er ekki útsending; frekar er það samskapandi. Þess vegna, ef við erum ekki að tengjast eða láta í okkur heyra þá gæti eitthvað hafa farið úrskeiðis í þessu ferli.

Svo lengi sem hlustendur skilja, ætti enginn að taka ábyrgð. Þess í stað þurfum við að aðlagast.

Eins og við höfum kannað er mögulegt að þróa samskiptasamkennd með því að verða meðvituð um hversu mikinn útsendingartíma við tökum upp í samtölum og hvar fókusinn fellur (hvort sem er á okkur sjálf eða aðra). Til að vera víðsýn og uppgötvunarmiðuð skaltu einfaldlega neyða sjálfan þig til að skipta út fullyrðingum með spurningum þegar þær byrja að hljóma of langdrægar - hvenær sem egóhvöt þín kemur upp skaltu einfaldlega breyta til að verða forvitinn um innri heim þeirra! Hlustaðu með ásetningi um tengingu frekar en að bregðast við - líttu á samskipti sem leikandi reynslu frekar en bardaga um yfirráð eða sannfærandi!

Prófaðu "tvísmella" tæknina. Vefsíður eru oft með tengla sem þegar smellt er á þær opna nýjar síður með frekari upplýsingum. Fólk er svipað; ímyndaðu þér að næstum hverja setningu sem þeir segja sé blá undirstrikuð en órannsökuð; „tvísmelltu" til að biðja þá um að útskýra nánar eða fara dýpra í það sem þeir hafa sagt þér.

Samræður narcissists munu nota þessar hlekki sem tækifæri til að státa sig af sjálfum sér. Taktu frekar áhættuna á að þessi manneskja eigi eitthvað þess virði að deila; þegar allt kemur til alls, trúirðu ekki að þú eigir ótrúlega hluti sem þú vilt sýna öðrum? Gefðu öðrum gjöfina.

Önnur hjálpleg tækni er að láta eins og þú og hinn aðilinn séum geimverur úr mismunandi heimum eða tegundum, eða verur af gjörólíkri tegund. Við búum öll í mjög mismunandi innri alheimum þrátt fyrir að deila sameiginlegum menningarlegum viðmiðum. Taktu eitt lítið skref: gerðu forsendu um að þeir búi annars staðar en þú; þaðan út gerðu ekki fleiri forsendur - einfaldlega bjóddu þeim að deila því sem þeir vita með þér af þakklátri, fordómalausri forvitni.

Samræðugreind og samkennd krefjast æfingu og skuldbindingar, en það geta verið svæði sem þú getur byrjað að vinna á núna eða á næsta félagslega fundi þínum:

Finnst þér samtöl vera rökræður og er skoðun þín svo stíf að hún geti ekki einu sinni íhugað annað sjónarhorn (svo ekki að þú sért sammála því, viðurkenndu það bara)? Finnst þér oft ofviða í samtölum vegna hótana, ruglings eða reiði? Hefur þú lent í því að fara í vörn/vernd þegar þú talar við aðra? Íhugaðu hvernig þetta gæti hamlað getu þinni til samúðar.

Hlustarðu vel á það sem fólk segir aðeins til að þú getir myndað þér skoðun á því? Með öðrum orðum, verða samtöl að dómaraleik milli tveggja einstaklinga þar sem maður nýtur þess að tína í sundur fullyrðingar frá hvorum aðilum eða berjast á móti þegar ráðist er á þeirra?

Ertu að gera mistök sem reynast rangar síðar? Ert þú með einhverjar forsendur um fólk, aðeins til að átta þig síðar á því að þær voru rangar? Ertu með einhverjar forsendur sem þú hefur í dag sem gætu reynst rangar á leiðinni, en er ekki einu sinni meðvituð?

Satt best að segja erum við öll með blinda bletti í samræðum; það er bara mannlegt eðli. Hins vegar, með því að vera fús til að skoða þau af heiðarleika, gefum við okkur tækifæri til að muna hvers vegna samtal er til: ekki bara að víkka út eigin sjónarhorni heldur teygja okkur í staðinn í virðingarfullri forvitni til að skilja hlutina frá sjónarhóli annars manns.

Manneskjur sköpuðu tungumál sérstaklega til að eiga samskipti þvert á landamæri - til að víkka út fyrir persónulega skynjun okkar og komast inn í heim annarra. Ef þetta var ekki markmið okkar gætum við eins starað inn í okkur sjálf!
Djúpköfun í gangi og snemma
Þó að tala við nána fjölskyldu og vini geti oft leitt til óhugsandi samtals, þá eiga sér stað stundum ríkustu og þýðingarmestu kynnin við þá sem þú hefur nýlega hitt.

Kardas og Epley sem birt voru í Journal of Personality and Social Psychology árið 2022 komust að því að djúp, þroskandi samtöl við ókunnuga eru afar dýrmæt - meira en flestir gera ráð fyrir! Fólk heldur venjulega að svona spjall við ókunnuga verði óþægilegt eða óþægilegt; samt er þetta kannski alls ekki raunin!

Vísindamenn pöruðu fólk af handahófi og gáfu því efni - þar á meðal ótta og drauma - til umræðu. Áður en þeir töluðu báðu þeir þátttakendur að spá fyrir um hvernig samtalið myndi fara; flestir töldu að það gæti verið óþægilegt eða erfitt fyrir aðra að ræða um svona viðkvæm mál, en eftir samræðurnar fundu þeir að þeir höfðu mjög gaman af þessu.

Til að skoða þessa spurningu frekar var gerð önnur aðskilin rannsókn þar sem dæmigerð smáræðuefni eins og sjónvarp og veðrið var andstætt hópi sem ræddi dýpra og þýðingarmikið efni. Þegar báðir hópar voru bornir saman, komust vísindamenn að því að báðir hóparnir ofmatu hversu óþægilegt samtal þeirra yrði á meðan þeir vanmatu tengsl þess; djúpur samræðuhópur ofmat óþægindi meira en grunnur hópur en fannst meira tengdur eftir samtöl en grunnur hópur.

Svo hvað getum við gert úr þessum rannsóknarniðurstöðum? Fyrst og fremst getur verið þess virði að muna að við höfum tilhneigingu til að ýkja hversu óþægilegt hlutirnir verða þegar við erum í smáræðum við ókunnuga; margir halda kannski að þeir séu lélegir í að kynnast nýju fólki þegar þetta er kannski bara skáldskapur sem þeir segja sjálfum sér. Önnur uppgötvun sem kemur á óvart getur verið sú að hefðbundin viska í kringum smáræði eigi ekki alltaf við; það gæti verið önnur skýring!
Í fyrstu getur það virst ógnvekjandi eða flókið að ná til fólks sem við þekkjum ekki vel; í raun getur það verið auðveldara og meira gefandi en búist var við.

Ef tilhugsunin um stórræði hræðir þig, ekki örvænta: engin þörf á að afhjúpa innstu leyndarmál þín eða brjóta niður helstu félagsleg viðmið; en ef grunn efni hafa alltaf truflað þig, gefðu þér leyfi til að ræða efni sem skipta þig meira máli og gefðu öðrum leyfi til að tala. Með því að vera ekta, manneskjulegri, viðkvæmari (sem gerir okkur áreiðanlegri og viðkunnanlegri), tengdari, tengdari - án þess að líða eins og við þurfum að fela hver við erum í raun og veru eða þykjast - þarf "stórræða" ekki að þýða að vera stórfelld niðurlægjandi eða drottnandi hvaða samtal sem er; frekar þýðir það að vera raunverulegur!

Einföld dæmi eru meðal annars að svara heiðarlega þegar einhver spyr "Hæ, hvernig hefurðu það?" þegar þú ert í umhverfi þar sem þessi spurning finnst viðeigandi; kannski að bregðast við með "ég veit það ekki, maður. Í dag virðist bara vera einn af þessum dögum þar sem allt virðist fara á ofurhraða án þess að framfarir náist að minnsta kosti." Ímyndaðu þér þetta: Hjá hárgreiðslustofunni þinni segirðu við stílistann þinn: „Satt að segja hef ég alltaf átt í erfiðleikum með lágt sjálfsálit, svo þegar ég kom í dag í klippingu var ég ekki viss um; en þú gjörbreyttir skynjun minni - þú ert sannarlega óvenjulegur stílisti og þakka þér fyrir!" Eða á strætóskýli að horfa á móður með tvö dugleg smábörn ganga framhjá; segja við einn félaga þinn við hliðina á þér "Eru börn ekki bara ótrúleg? Erfitt að ímynda sér að nokkur okkar hafi verið svona saklaus.“

Óvænt augnablik einlægni getur veitt ánægju jafnvel í hversdagslegum aðstæðum. Þó að það gæti verið óþægilegt í fyrstu, ætti það að verða hluti af rútínu þinni með tímanum að sýna raunverulegan áhuga á líðan annarra.

Líttu á það sem tækifæri - við ofmetum oft hversu áhættusamt eða óþægilegt eitthvað verður! - og komdu á óvart hversu velkomnir aðrir verða þegar þú opnar þig á öruggan og rólegan hátt. Samkvæmt rannsóknum Kardas og Epley hefur fólk tilhneigingu til að trúa því að öðrum þyki minna um þá en þeir gera í raun og veru, sem þýðir að stærsta hindrunin fyrir raunverulegum tengingum gæti verið forsenda okkar að fólk muni ekki meta það sem við raunverulega hugsum eða finnum.

Þess vegna eru hér nokkur lykilatriði til að hafa í huga þegar þú nálgast viðkvæmari efni með fólki sem þú þekkir ekki mjög vel:

Forðastu að kvarta. Að vera ekta þýðir að skera burt frá yfirborðslegu smáræði og vera þú sjálfur í staðinn.

Heiðarleiki þýðir oft að vera berskjaldaður fyrir minna en glæsilegu hliðum lífsins, án þess að væla eða dvelja við það neikvæða. Þannig að í stað þess að segja: „Ó nei, ég er svo lélegur!“ segðu í staðinn „Ég hef átt í erfiðleikum með lítið sjálfsálit“.

Ekki gera kröfur til fólks. Það er í lagi að deila, en reyndu að sýna ekki varnarleysi þitt og hreinskilni sem eitthvað sem öðrum finnst skylt að bregðast við á ákveðinn hátt. Engum finnst gaman að standa frammi fyrir einhverjum með djúp leyndarmál og krefjast þess að þeir deili þeim líka; á sama hátt ef fólk skynjar að þú sért aðeins að deila einhverju persónulegu til að koma öðrum í aðstæður sem það var aldrei sammála eða setja þrýsting á aðra, getur þetta reynst uppáþrengjandi og móðgandi.

Segðu einfaldlega eitthvað heiðarlegt og ósvikið án þess að fara yfir nokkur mörk - án þess að gefa til kynna að nærveru þinni sé krafist eða búist við!

Ekki þrýsta á neinn til að svara á einhvern sérstakan hátt, annars verður ástandið óþægilegt.

Aldrei ofleika það. Svolítið getur farið langt og það að kynna smá húmor getur virkilega róað fólk. Segðu eitthvað snerta áður en þú verður léttari eftir það - stundum krefjast áhrifamestu augnablikin smá léttleika til að koma þeim í jafnvægi!

Spá með köldu lestri

Kaldur lestur er illræmd tækni sem „sálfræðingar“ og aðrir charlatans nota til að gefa áhorfendum þá tilfinningu að þeir þekki aðra betur en þeir gera í raun. Þessi aðferð notar leynilegar athuganir, uppástungur, rangfærslur, leiðandi spurningar og ágiskanir með miklar líkur til að láta líta út fyrir að þú getir næstum lesið huga áhorfenda þíns; til dæmis þegar sjónvarpssálfræðingar halda því fram "Ég sé gamla manneskju með hjartavandamál - geturðu hjálpað?" eða segja hluti eins og: "Ég held að einhver hafi dáið nýlega? Get ég hjálpað?".

"Heyri ég nafn með D?" Það er nánast tryggt að það verði einhver í áhorfendahópnum sem hefur upplifað hjartasjúkdóm hjá eldri ástvini, eins og afi Pauls Paul sem lést, þannig að þegar þessi staðhæfing er endurtekin með því að einhver segist hafa misst hann vegna hjartaáfalls; Sálfræðingar hafa tilhneigingu til að fara hratt framhjá þessum hluta og halda því fram að þeir geti séð vasaúr karlmanns í staðinn, jafnvel þegar áður var haldið fram að þeir hefðu einfaldlega séð fólk eða ekkert sérstakt nafn var nefnt yfirleitt.

Eins og þú sérð gæti hvert smáatriði orðið tækifæri til frekari rannsóknar. Gefðu gaum að líkamstjáningu, útliti og látbragði: kannski heldur einhver áfram að segja „við" frekar en „ég", hún er með „M" hálsmen þó hún heiti Ellie eða einhver standi þegar allir aðrir sitja.

Kaldur lestur krefst samvinnu. Þó að þeir sem eru kalt lesnir finnist kannski ekki taka þátt, þá eru þeir í raun að leika með! Í köldu upplestri er þátttakendum boðið að koma á eigin tengingum, koma með hugmyndir og hjálpa lesandanum að giska á eða uppgötva leiðir til að gera þessar getgátur sannar - þannig útskýra hvers vegna kaldur lestur virkar oft ekki með efahyggjufólki!

Einu sinni í samtali færðu að prófa nokkrar af forsendum þínum, betrumbæta sambönd þín og skila öðrum innsýn sem gæti virst næstum yfirnáttúruleg ef vel er gert.

Tilvísun. Ef það er gert rangt ætti það hins vegar ekki að vera vandamál; að vera manneskja þýðir að þú munt gera margar villur sem reynast rangar; Þegar þetta gerist skaltu einfaldlega yppa öxlum þínum hratt og fara frá þeim eins og þær hafi ekki gerst og einbeita þér að því sem fær æskileg viðbrögð í staðinn - galdur!

Skoðaðu þessa venjulegu umræðu þar sem köldu lestraraðferðum var beitt á fyrsta stefnumóti:

A: Áður en við förum af stað vil ég hins vegar vara þig við: Ég er einstakur í að lesa fólk. B: Í alvöru? A: Já - hafa svona sjötta skilningarvit þegar kemur að þessu (þegir þögn).

B: Allt í lagi... Sýndu það. Hver hafa fyrstu sýn þín verið af mér hingað til? Þó að við höfum aðeins talað stuttlega, ekki dæma of fljótt...

A: Ertu viss? Eins og ég sagði áður, getur nákvæmni mín verið ógeðslega nákvæm!

B: Ekki vera hræddur. Það verður ekkert nýtt sem þú gætir opinberað um mig sem er mér óþekkt.

A: Leyfðu mér að byrja. Það virðist sem þú sért greindur einstaklingur sem viðurkennir sannleikann fyrir það sem hann er; samt er eitthvað eftir innra með þér sem þráir velþóknun og lof.

B: Já, það gæti verið satt... ég myndi ekki lýsa sjálfum mér sem löngun í neitt...

A: Nei, þrá er rangt orð; það sem ég átti við með þessari yfirlýsingu var að þú þarfnast ekki samþykkis fólks en metur hugsanir þess.

B: Rétt!
Þó að þetta dæmi gæti virst tilgerðarlegt, þar sem báðir aðilar virðast taka þátt í tilraun til kaldra lestrar, frá sjónarhóli B hljóta athuganir A að virðast út í bláinn. Hvernig gerði A það?

Svona virkaði það:
Hann leitaði virkan samstarfs. Í þessu tilviki sagðist hann vera góður í að lesa fólk áður en hann þagði - hún þyrfti þá að hvetja hann. Þú getur á sama hátt bent á hinn aðilann eða sett sviðsmyndina með því að segja hluti eins og: "Ég gæti haft rangt fyrir mér varðandi þetta, en ert þú sú manneskja sem...?" Fyrirvari þinn gerir einnig ráð fyrir hugsanlegum mistökum á báðum endum.

Þegar þeir hittast byrja samtalið að því er virðist upp úr engu, samt hafði einstaklingur A þegar gert fjölmargar athuganir fyrir þennan merka fund. Innan nokkurra mínútna frá því að hún hitti hana, tekur einstaklingur A eftir því að hún notar flókinn orðaforða þegar einfaldari orðaforða myndi duga og er með ketti með litlum köttum sem framkvæma algebrujöfnur; einnig að taka eftir tilraun hennar til að klæða sig fallega fyrir stefnumótið þeirra. Hann veltir fyrir sér að þessi manneskja setji greind í kjarna sjálfsmyndar sinnar á meðan hann notar slíkar ráðstafanir til að gera áhrifaríkan fyrstu sýn á hann og/eða aðra.

Hann tekur eftir því að hún spyr hann hvað þeim finnst um mig í stað „Hvers konar manneskja heldurðu að ég sé?," eitthvað sem, ásamt fyrstu tilfinningum þeirra, skapar einhvern núning.

Hún virðist vera fús til að hann líki við hana, sem bendir til þess að hún hafi fjárfest í því að hann meti hana. Eftir að hafa íhugað alla þessa hluti vandlega saman, gerði hann getgátur sínar: „Þú virðist mjög greindur; hins vegar er enn einhver hluti af þér innst inni sem þráir samþykki.

Hann bætir við „sér hlutina eins og þeir eru" vegna þess að hún hafði áður sagt „ég veðja á að þú gætir ekki sagt mér neitt sem ég veit ekki þegar um sjálfa mig." Þetta gefur til kynna að hún telji sig hafa mikla sjálfsvitund; enn með því að segja „ég er ekki hrædd" og gera athugasemdina „ég veðja á þig," var hún að skapa leikandi áskorun fyrir hann; hún vill að hann giski rétt!

Sama hvort hann hefur rangt fyrir sér í mati sínu á greind; allir elska tilhugsunina um sjálfa sig sem gáfaða og flestir eru sammála hugmynd hans um að fólk þurfi samþykki annarra. Yfirlýsingar Barnum setja fram fullyrðingar sem virðast sérstakar en eru svo almennar að næstum allir myndu vera sammála þeim:

"Þú ert almennt góður og samúðarfullur; hins vegar, þegar einhver fer yfir þig geturðu orðið mjög reiður" (Hér nær þú yfir allar undirstöður með því einfaldlega að segja ekki neitt!)

"Ég veðja á að heimili þitt er með stóra skúffu fulla af drasli!" eða líklegra að þú hafir átt í vandræðum með fjölskyldumeðlimi áður.

"Þú ert frekar áhugaverður einstaklingur, sem hugsar öðruvísi en flestir. (Þetta gæti verið tekið sem tilraun til smjaðurs en aftur, er meint sem eitthvað almennara...)"

Taktu eftir síðustu samræðulínunum þar sem konan mótmælir lestri hans á henni sem „þrá". Hún er reyndar ekki sammála lestri hans á henni, en B fór svo snöggt að leiðrétta sjálfan sig að hún heldur að hann hafi átt rétt á sér í fyrsta skiptið! Hér bregst B hratt við: þar sem henni líkaði ekki við það sem „þrá" fól í sér (þörf og staðfestingu frá öðrum), gefur B henni það strax aftur: „Nei, þrá er rangt orð - það sem ég meina er að þú gerir það" Ég þarf ekki samþykki fólks en krefst þess ekki frá öðrum - það sem ég meina er að þú þarft ekki samþykki fólks - að ég meina nákvæmlega það." Að gefa henni það strax aftur:

Kann að meta það. Hann lætur eins og hann hafi ekki gert neinar villur en í staðinn verið misskilinn - og það virkar.

Köldu lestraraðferðir sem einstaklingur A notar eru áhrifaríkar. Kaldur lestur sameinar athuganir þínar í lærða ágiskun eða tilgátu og kastar henni út til að sjá hvað kemur til baka - ágiskanir með miklar líkur með opnum lykkjum geta virkað sérstaklega vel hér; Gefðu gaum að öllu sem hinn aðilinn segir svo þú getir safnað því sem hann segir inn í huga þinn áður en þú deilir síðar, þannig að hinn aðilinn líði að þú sért og skilinn af lestrartækni þinni.

Kaldur lestur í samtölum byggir að miklu leyti á athyglisverðri hlustun, þar sem einbeiting þín skapar nánd. Þótt þeir séu ekki geðrænir skuldbinda sig góðir samtalsmenn sig til að vera ofmeðvitaðir um allt sem er að gerast hjá annarri manneskju - í narcissískum samfélagi okkar gæti þetta jafnvel talist sálarlegt! Mundu nánd og tengingu sem markmið þín, halda hlutunum heitum og fjörugum svo hinn aðilinn taki þátt og gerir þér kleift að kynnast betur. Jafnvel þótt lestrarnákvæmni þín sé undir væntingum, eru lykilþættir árangurs hér að skemmta þeim, létta þeim, sýna þeim hversu áhugaverðir þér finnst þeir - einfaldlega gaum að og farðu vel!

Tímasetning er allt og stundum er lykillinn að því að eiga ótrúlegt samtal að vita hvenær það er best að enda. Hefur þú einhvern tíma lent í því að vera fastur í óþægilegu samtali og óskaði þess innilega að því væri lokið? Hafa þeir líka viljað fara út?

Adam Mastroianni og félagar ákváðu að svara þessari spurningu í 2021 útgáfu sálfræði- og hugvísindagrein sinni: Hvað ef öll samtöl verða að gildrum vegna þess að við höldum að hinn aðilinn vilji að við höldum áfram? Fyrir þessa rannsókn voru 932 samtöl greind af þátttakendum í allt að 45 mínútur af frjálsu flæðissamræðum áður en þeir voru spurðir hvenær þeir hefðu fengið nóg. Síðar var spurt hvenær heppilegra hefði verið að hætta.
Enginn gat vitað hvenær samtalafélagi þeirra vildi að því lyki, svo hver og einn var eftir að reyna að giska á hvenær tali þeirra yrði að hætta.

Niðurstöður leiddu í ljós að samtöl enduðu oft ekki þegar báðir aðilar vildu það! Aðeins 2% sögðust eiga samtöl að enda þegar þau vildu. Tæplega 70% vildu það styttra og flestir vildu það minnkað um að minnsta kosti helming. Vísindamenn uppgötvuðu þetta fyrirbæri.

Samtöl enduðu sjaldan á tilætluðum tíma fyrir báða samtölurnar, eða jafnvel einn samtöl, og meðalmisræmi milli æskilegrar og raunverulegrar lengdar var um það bil helmingur. Samráðsmenn vissu sjaldan hvenær annað hvort vildi að þeir myndu enda og vanmat hversu ólíkar þessar langanir þeirra gætu verið. Þessar rannsóknir benda til þess að það að slíta samtöl er óleysanlegt samhæfingarvandamál sem mönnum er einfaldlega ekki hægt að sigrast á þar sem það krefst þess að deila viðkvæmum upplýsingum sín á milli - þannig að flest samtöl lýkur skyndilega án þess að nokkur vilji það."

Svo hvað er í gangi hérna? Vísindamenn halda því fram að fólk festist í slíkum samtölum vegna tilhneigingar okkar til að leyna raunverulegum tilfinningum okkar, í von um að móðga ekki hinn aðilann með því að sýna raunverulegar tilfinningar okkar. Til dæmis gætum við verið að hugsa með okkur sjálfum: "Ó guð, þetta þarf að klárast núna," á meðan við á yfirborðinu virðumst kurteis með því að segja hluti eins og: "Ó? Hversu áhugavert! Segðu mér meira." Það er engin furða að við eigum öll í erfiðleikum með að spá fyrir um hvenær annað fólk vill að við hættum að tala - þar sem við felum það allt of oft svo vel!

Rannsakendur komust að því að 64% einstaklinga gerðu rangar getgátur um langanir annars, í báðar áttir. Hvernig eigum við að bregðast við? Fólk hefur tilhneigingu til að njóta styttri samræða. Jafnvel þegar þú ert trúlofuð skaltu taka því sem gefið að þú veist kannski aldrei hvernig hinum aðilanum líður þar sem hann sendir líklega ekki merki á hvorn veginn sem er.

Vertu öruggur með því að slíta samtali þegar það virðist viðeigandi, frekar en að halda áfram að tala þegar þér finnst að því ætti að ljúka. Snemma endir getur í raun hjálpað til við að skapa sterkari og afkastameiri endi, sem gerir báða aðila eftir fúsa til að ræða frekar í framtíðarsamræðum! Og útganga á jákvæðum nótum gæti valdið því að báðir væru fúsir til frekari samræða í framtíðarumræðum!
Ekki segja allt þegar þú hittir fólk. Láttu sumt ósagt, skapaðu spennu og þú gætir bara sleppt einhverjum!

Þegar kemur að því að slíta samtölum er það lykilatriði að vera rólegur og öruggur.

Stinnari og afslappaðri ertu, því sléttari verða hlutirnir.

Skref 1: Bíddu eftir rétta augnablikinu. Hlustaðu eftir augnabliki þar sem einn samtalsþráður hefur dáið út en annar hefur enn ekki náð hraða, eða þegar eitthvað áhugavert hefur ekki enn komið upp í samtalinu. Ekki trufla eða þvinga neitt; bíddu frekar þar til samtalið fjarar náttúrulega út af sjálfu sér og endar þegar sá tími er kominn fyrir þig að hætta því.

Skref 2: Byrjaðu á hressum nótum. Gefðu þér bjartsýnan tón með því að gefa hrós sem lýkur og draga saman samtalið þitt, eins og að segja hversu mikið þér fannst gaman að tala eða eitthvað nýtt sem þú lærðir af þeim - annars getur það þótt höfnun að enda jafnvel misheppnaðar umræðu.

Skref 3: Komdu með afsökun. Þetta þarf ekki að vera langt eða flókið; tjáðu einfaldlega að það sé önnur ástæða fyrir því að þú hættir viðræðunum en "ég er þreytt á þér núna". Þetta sýnir kurteisi og háttvísi á báða bóga.

Skref 4: Taktu fastlega úr sambandi. Þegar þú hefur gefið til kynna löngun þína til að binda enda á samtalið skaltu grípa til afgerandi aðgerða - bið getur aðeins gert hlutina óþægilega eða sett aðra á kant. Taktu skyndilega aðgerð frá viðkomandi á meðan þú ert vingjarnlegur, hlýr og opinn - mundu bara að brosa á meðan þú gerir það.

Segjum að einhver taki saman sögusögu með því að útskýra "og þannig enduðum við á því að við völdum það nafn á dóttur okkar!" og þú svarar með: "Vá. Samt held ég að þú hafir valið skynsamlega. Rebekka er glæsilegt nafn." Þið standið svo þarna og kinkar kolli og brosir í smá stund þar til annar eða báðir sjáið að tími er kominn fyrir þau að fara; eftir það verður nauðsynlegt að einhver annar tali; Annað hvort taktu fljótt upp eða snúðu samtalinu frá með því að stinga upp á: "Þetta hefur verið mjög gott að spjalla, ég gleymi alltaf hversu skemmtileg samtölin okkar eru! En við gætum kannski hist síðar; kannski á fundi PFS um helgina?" Þeir þurfa aðeins að brosa og svara með "auðvitað!" og þeir fara áður en annar hvor aðilinn fer - ekkert mál þar!

Við skulum loka bókinni okkar þar sem hún byrjaði: með hugtakinu heilla. Hvað þýðir sjarmi nákvæmlega? Eins og við höfum séð, mistekst svo mörgum okkar að vera heillandi einfaldlega vegna þess að hafa rangan skilning á því hvað það að vera heillandi raunverulega felur í sér; til dæmis, að hugsa um karisma og sjarma þýða allt öðruvísi hluti.

Á réttu augnablikinu segjum við það sem er nauðsynlegt, fyndið eða fyndið.

Við erum vitsmunaleg og heilla aðra með frábærri innsýn okkar og skoðunum.

Við virðumst sjálfsörugg, aðlaðandi og karismatísk. Við bjóðum upp á skemmtun.

En hvaða "spjallsnillingur sem er" myndi vera ósammála. Þess í stað myndu þeir segja þér að það sem gerir einhvern heillandi er hæfileikinn til að hlusta, vera til staðar og fjörugur forvitinn - ekkert annað skiptir máli þegar kemur að því að tala! Og samt getur það verið erfiður...

Engin þörf á að birtast flottar buxur eða ofurkaldar og sjálfsöruggar - það er nóg af fólki sem tjáir skoðanir sínar og tjáir þær alls staðar nú þegar; skoðaðu bara hvaða samfélagsmiðla sem er, fréttarás, bók eða tímarit og horfðu á sjónvarpið - fólk alls staðar að reyna að vera skemmtilegt, áhugavert eða forvitnilegt... og hverjum er ekki sama!

Fólk sem við höfum tilhneigingu til að meta mest er það sem við teljum að við getum byggt upp ósvikin, hlý og spennandi tengsl við. Hver sem er getur gert það; það eina sem þarf eru skynsamleg brellur, stilla hugarfarið smám saman... og æfa sig!

Virk hlustun Virk hlustun er ein sterkasta samtalsfærni sem þú getur búið yfir, þar sem hún byggir upp virðingu og umhyggju fyrir sjónarmiðum annars en gerir flóknar upplýsingar einfaldari í vinnslu með óvirkri hlustun. Virk hlustun hagræðir einnig samskiptum með því að hjálpa þér að skilja hvað hvert annað þarf - þetta leiðir til minni varkárni í viðbrögðum þegar þú færð innsýn í hver þarf hvað.

Á sama tíma verðum við að ýta sjálfinu okkar til hliðar til að geta raunverulega hlustað og skilja það sem önnur manneskja er að segja okkur. Þetta ferli virkrar hlustunar tekur þátt í mörgum hlutum huga okkar við að skilja hvað er verið að miðla til okkar. Sjúkraþjálfarar eru frábært dæmi um virka hlustun. Þeir hlusta vandlega og af skýrum tilgangi þegar þeir hlusta á skjólstæðinga sína, hvetja þá til að vera opnir og skýrir þegar eitthvað sem þeir heyra virðist óljóst eða óvíst.

Meðferðaraðilar beita endurgerð og skýringaraðferðum og biðja sjúklinga sína að útskýra nánar. Meginmarkmið þeirra er að láta skjólstæðingum líða vel á meðan þeir eiga samskipti í gegnum íhugun, skýrt líkamstjáning og samúðarfullan anda - þessir þættir knýja fagfólk í meðferð áfram! Sem faglegir hlustendur er markmið þeirra skýrt - að hlusta á viðskiptavini. Getum við sagt það sama um okkur sjálf þegar við hlustum á aðra?

Virk hlustun felur í sér nokkur sérstök svör og fyrirspurnir sem þú getur innleitt strax í samskiptum þínum við hátalara, allt hannað til að tryggja að þeim finnist þú deila tilfinningum sínum og eru á sama tilfinningasviði. Annars, hvaða gagn myndi hlustun gera ef það eina sem hún gerir er að vera inni í hausnum á þér í stað þess að vera send til þeirra aftur?

Virk hlustun byrjar með skilningi; því ætti fyrsta skrefið að vera að skilja það sem einhver annar er að segja okkur í ræðu sinni. Ef þeir tala sama tungumál og við, ætti þetta ferli að ganga nokkuð hratt og fyrirhafnarlaust.

Það geta líka verið aðrar hindranir: til dæmis að nota ókunnugt hrognamál eða slangur; munur á kynslóðastöðu eða menningu sem við skiljum ekki að fullu; eða hafa tilfinningalega samhæfni svo þú getir gengið úr skugga um þarfir þeirra og langanir á því augnabliki. Til að ná sem bestum árangri skaltu ganga úr skugga um að þú sért á sama tilfinningalega plani og ræðumaðurinn áður en þú byrjar samtal.

Ef við skiljum ekki hvað einhver er að segja, er frábær leið til að fá skýrleika að spyrja hann: "Geturðu útskýrt það eins og ég væri fimm ára?" Fimm ára barn getur haldið samræðum en þarf að útskýra flóknari atburðarás hægt og rólega með orðum sem þeir skilja þegar. Að biðja þá um að lýsa hlutunum eins og þú værir miklu yngri gæti hjálpað til við að létta ótta þeirra við að virðast niðurlægjandi eða niðurlægjandi.

Aðrar fullyrðingar sem þú gætir þurft aðstoð til að skilja:

"Hvað gerðist?" "Segðu mér sögu þína." "Hvað meinarðu?" "Skýrðu sjálfan þig." "Geturðu útskýrt þennan þátt fyrir mér?"

Vertu óhræddur við að þykjast óskiljanlegur eða trufla þig. Flestum finnst gott að þeir viti svarið; við höfum öll sérfræðinga úr eigin reynslu. Reyndar getur það stundum hjálpað til við að styrkja tengslin og kennt okkur nýjar lexíur að vera meðvitaður um misskilning sem þú gætir lent í! Það gæti jafnvel verið gagnlegt ef þú rammar þetta inn sem tækifæri til að hlusta betur svo þú getir lært!

Halda. Að geyma upplýsingar þýðir meira en einfaldlega að rifja upp það sem var sagt; frekar þýðir það að hlusta vel á það sem ræðumaðurinn er að reyna að miðla svo við getum brugðist við á áhrifaríkan hátt. Þú ert að leita að allri sögunni hér umfram einfaldar staðreyndir eða atburði - að setja þig eins vel í þeirra spor og mögulegt er með því að spyrja viðeigandi spurninga er lykilatriði hér.

Þegar við hlustum hefur hugur okkar oft tilhneigingu til að halda aðeins í smáatriðum sem hljóma meira persónulega eða passa inn í þær leiðir sem við erum vön að muna eftir upplýsingum. En þessi nálgun á hlustun getur verið villandi þegar reynt er að verða betri hlustendur.

Dæmi: Ef einhver segir okkur frá stefnumóti sem hann fór á, gætum við muna sérstakar upplýsingar frá þeim atburði (á hvaða veitingastað eða kvikmyndahús þeir fóru; hvort sem matur var um að ræða eða ekki); eða við gætum munað almennari frásagnir (hvaða persónu hinn hafði; hvernig það „fannst", hversu líkt eða ólíkt fyrri dagsetningum það kann að hafa verið).

Ómeðvitað gætum við valið frásagnir sem hljóma með okkur og smíða aðra útgáfu fyrir okkur innbyrðis. Þú gætir hafa upplifað þetta af eigin raun; þegar þú deilir einhverju með einhverjum og þeir festast við hlið sem var ekki hluti af áætlun þinni. Það er vissulega áhrifarík leið til að "hlusta án þess að hlusta".

Samtal getur oft orðið einhliða þar sem hver aðili reynir að finna leiðir til að segja sína skoðun og viðra skoðanir sínar. Þó að þetta sé eðlilegt og búist við, krefst virk hlustun þess að við leggjum egóið okkar til hliðar og einbeitum okkur að því að heyra það sem hinn aðilinn hefur að segja beint - ekki að túlka orð þeirra í gegnum linsuna þína heldur þeirra ein.

Spurningar geta verið frábær leið til að ramma hluti inn og halda fókusnum á orð og hugmyndir annars. Til að tryggja að þú fangar öll nauðsynleg gögn skaltu reyna að spyrja:

Hvað þýðir það fyrir þig?"

"Bara til að hafa það á hreinu, hvað gerðist næst?" "Bíddu, hvernig fór hún að því?" "Hvernig passar það inn í söguna?" "Hvernig fannst þér þetta?" og "Hver voru viðbrögð þín?"

Að bregðast við. Virk hlustun krefst virkrar þátttöku hlustenda sem reyna að bregðast við á skynsamlegan og viðeigandi hátt; annars gætu ræðumenn lent í því að tala út í tómt tómarúm. Öfugt við það sem sumir kunna að halda er hlustun allt annað en óvirk! Viðeigandi svar sýnir áhyggjur okkar af því sem samtalafélagi okkar er að ræða.

Að því gefnu að þú sért virkur að hlusta, skilja og varðveita upplýsingarnar sem þér eru kynntar; að veita viðeigandi svar sýnir skilning þinn. Ímyndaðu þér að tala við einhvern og vita ekki hvort hann skilur tungumálið sem þú talar á. Þeir sýna engar vísbendingar um skilning; finnst þér heyrast? Þess vegna ætti að gefa svar.

Eins og með varðveislu er mikilvægt að viðbrögð okkar endurspegli ekki okkar eigið sjálf eða hugmyndir; þú ættir að forðast að svara á þann hátt sem bendir til þess að þú sért að reyna að stýra, hagræða eða túlka samtalið á þann hátt sem hentar þér eða ýta undir dagskrá af einhverju tagi. Reyndu frekar að öðlast skilning á tilfinningum og skoðunum annarra án þess að hlutdrægni þín þróist; vera hlutlægur þegar þú svarar.

Ræðumaður A: Já, þess vegna hef ég ekki gaman af því að mæta í matarboð.

Svarandi B: Þetta hljómar geggjað! Var það hneykslaður eða órólegur þegar maðurinn kom springandi út úr kökunni?

Ræðumaður A: Ekki óvart svo mikið sem vonsvikinn; Ég bjóst við einhverju flóknara frá Temperance League. Svarandi B: Það hlýtur að hafa reynt mikið á þolinmæði þína?

Ræðumaður A: Það sýndi nokkrar umbætur; ennfremur sýndi það mér hins vegar mikilvægi þess að setja mörk fyrir afþreyingarkostnaðinn minn.
Svör í virkri hlustun ættu að endurspegla það sem ræðumaðurinn sagði. Þeir ættu að sýna djúpstæðan áhuga á hugsunum og tilfinningum maka þíns frekar en að koma með okkar eigin skoðanir eða sjónarmið; góð viðbrögð í virkri hlustun hjálpa báðum aðilum að uppgötva sjálfan sig betur.

Svaraðu hugsunum og tilfinningum maka þíns í stað staðreynda þeirra - að endurtaka það sem hann hefur sagt getur oft nægt til að svara á áhrifaríkan hátt. Gerðu það með því að endurtaka það sem sagt var með þínum eigin orðum. Reyndu að vera innan sjónarhorns þeirra þegar þeir svara; að bæta við tillögum eða hugmyndum sem hafa engin áhrif á núverandi aðstæður þeirra gæti reynst of truflandi eða snöggt fyrir þá. Að lokum, reyndu að koma ekki með skoðanir sem stangast á við eða ganga gegn því sem maki þinn er að segja þér fyrr en eftir að hafa skilið að fullu allt sem maki þinn segir; enn þá halda sterkum dómum í skefjum.

Jákvæð viðbrögð virkrar hlustunar gætu verið:

„Saga þín heillar mig.

"Það virðist vera ______ ástand."

„Ég skil tilfinningar þínar.

"Ég get skynjað þér finnst að eitthvað þurfi að breytast; hvað myndir þú vilja sjá gerast?"

Líður þér í lagi í þessum aðstæðum?"

Virk hlustun felur í sér að reyna að skilja til fulls og tileinka sér sjónarmið eða lífsreynslu þeirra sem tala og beita þeim upplýsingum á uppbyggilegan hátt sem gæti leitt til meiri þekkingar eða innsýnar. Þú vilt sýna öðrum að þú skiljir heim þeirra frá sjónarhóli þeirra; til að gera þetta með góðum árangri notaðu eina eða fleiri af þessum aðferðum:

Að endurtaka eða umorða tilfinningar maka þíns með eigin orðum getur verið frábær leið til að auka skilning. Ekki einfaldlega endurtaka það sem þeir sögðu til baka; sýndu að þú skiljir hvað var verið að tjá með því að sýna að þú skiljir kjarna þess - þetta gæti þjónað sem stuðningsviðbrögð!
Eins og áður hefur verið rætt um mun þetta sýna fram á vitund þína og skuldbindingu. Ef þeir uppgötva eitthvað misræmi á milli þess sem þú sagðir og væntinga þeirra og skilnings þíns, munu þeir líklega leiðrétta þig fljótt og opinskátt.

Ég var óvart og hræddur við þessar aðstæður.

Þú: Þetta hlýtur að hafa þótt mjög skelfilegt ástand; það hlýtur að hafa verið erfitt að vita hvernig best væri að bregðast við.

Hugleiðing. Ný leið til að endurtaka er að byggja svar þitt á tilfinningum frekar en atburðum eða söguatriðum. Reflecting veitir hlustendum þínum það traust að þeir vita að þú skilur sögu þeirra betur með því að sýna að þú getur nálgast tilfinningar þeirra beint; spurðu þá beint hvaða tilfinningar hræra í þeim!

Pabbi minn sagði mér allan tímann að ég myndi ekki komast í þann háskóla.

Þú: Þetta hljómar hræðilega og virðist vera höfnun. Að draga saman af ásetningi er annar valkostur til að hjálpa til við að útskýra frásögn ræðumanns betur.

Að endurtaka á aðgengilegu og hnitmiðuðu formi sem sýnir skilning þinn á öllu ástandinu getur verið eins og að endurtaka; en í staðinn ættirðu að stefna að víðtækari yfirsýn. Endurstilling er svipað og endurgerð, en ætti að gefa meira próf fyrir skilning þar sem mörg atriði og rök gætu hafa verið nefnd á meðan þú gætir hafa misst yfirsýn yfir kjarna tilfinningar, aðgerð eða tilgang.

Ert þú: Blandaði bakarinn saman pöntuninni þinni, kvöldmaturinn var brenndur og þeir sendu dáleiðanda í stað trúðs í afmælisveislu barnsins þíns? Vissulega myndi ég verða reið!

Merktu tilfinningar. Oft þegar þeir tala við annan festast ræðumenn í líkamlegum upplýsingum um það sem þeir eru að ræða við þig. Reyndu að vera viðkvæm á meðan þú reynir samt að bera kennsl á allar tilfinningar sem þeir hafa ekki getað orðað enn. Að gera þetta ætti ekki að vera erfitt - segðu einfaldlega frá jákvæðum eða neikvæðum tilfinningum þegar nauðsyn krefur - hvernig sem nákvæmlega merking tilfinningar einhvers mun láta þig virðast sálrænn; vertu bara viss um að þú sért ekki að teygja þig of mikið eða dæla persónulegum hugmyndum inn í málið.

Yfirmaður minn baðst innilega afsökunar á að hafa vanrækt að veita vinnu minni meiri athygli og fullvissaði mig um að héðan í frá myndi hann veita því óskipta athygli.

Þú: Vá, það hlýtur að láta þér líða mjög létt og styrkt - kannski jafnvel svolítið hrokafullt?
Rannsakandi. Til að öðlast meiri skilning og merkingu frá þeim sem þú talar við skaltu spyrja leiðandi spurninga sem draga fram dýpri innsýn og skilning frá þeim. Flestir hafa gaman af því að svara vel mótuðum og ekki of hrokafullum fyrirspurnum frá þér þegar þú rannsakar einhvern. Með því að giska á hvernig fólki líður, viðbrögð þess og langanir, eða einfaldlega halda hugsunarleið sinni áfram saman - spár sýna þátttöku þína á sama tíma og þú ferð á sama tíma í hugsunarleiðinni - spár geta sýnt að þér þykir mjög vænt um velferð þeirra og vilt upplifa tilfinningar þeirra við hlið þeirra!

Hvernig var það þegar þessi kona svínaði barnið þitt í matvörubúðinni? Og hvernig ætlaðir þú að bregðast við?

Þögn. Stundum getur þögn talað meira máli en orð geta. Þögn leyfir hverjum þátttakanda lítinn tíma til að endurspegla og safna sjálfum sér og hugsunum sínum, á sama tíma og það hjálpar til við að draga úr spennu af völdum mikillar eða árangurslausra samskipta.

Þeir: Það var þegar ég ákvað að fallhlífastökk væri ekki minn tebolli - sérstaklega þegar það tengist vinnu.

Þú sjálfur:
Ekki prédika, dreifa óumbeðnum ráðum eða bjóða upp á óþarfa hughreystingu. Enginn.

Enginn nýtur þess að vera settur í annað sætið, sem gæti valdið því að ræðumönnum finnist þeir þurfa að loka á frekari umræðu.

Þeir: Og það versta af öllu, hann man ekki eftir að leggja frá sér klósettsetuna.

Gagnrýna þig: Eftir á að hyggja voru það mistök þín að leyfa honum að koma inn á baðherbergið þitt í fyrsta lagi.

Ekki óskað eftir ráðleggingum: Það væri skynsamlegt fyrir þig að loka baðherberginu þar til hann samþykkir kröfur þínar.

Fullvissa þig um það: Vertu ekki pirraður yfir því; morgundagurinn býður upp á ótrúleg tækifæri.

Spyrja Leiðandi og opinskár Til að sýna fram á umhyggju þína fyrir velferð maka þíns, settu fram tvíundarlegar fyrirspurnir um reynslu þeirra. Með því að gera þetta sýnir það að þú ert fús til að fá inntak á meðan þú ert meira en einfaldlega staðreyndamiðaður með tilliti til aðstæðna fyrir hendi.

Eftir að hafa eytt hundruðum í bílastæðamiða og gjöld, áttaði ég mig á því að samhliða bílastæði þyrfti meiri vinnu af okkar hálfu.

Hvernig hefur það áhrif á þig: Hvaða áhrif hefur það á tilfinningar þínar? Hvaða áætlanir hefur þú um nám, hvar ætlar þú að gera það og hvaða árangri býst þú við af því að gera það?

Virk hlustun krefst alvarlegrar vígslu og æfingar - jafnvel fyrir fólk sem telur sig vera sérfræðinga í því! En verðlaun þess geta verið mikil: sannur skilningur, auðveldara upplýsingaflæði og aukin virðing eru aðeins nokkur ávinningur sem hægt er að hafa af því að æfa það reglulega. Með virkri hlustun reynum við að þróa þann vana að verða meðvituð um tilfinningar annarra en bæla okkar eigin.

Útilát
Við þekkjum öll þessa pirrandi kunna-það-alla; þessir "tæknilega réttu" einstaklingar sem monta sig eða láta sjá sig. En góð samtalsefnafræði er ekki háð áhrifamiklum staðreyndum einum saman; frekar myndast það á milli fólks sem byggir á tilfinningalegri reynslu frekar en eingöngu efninu sem skipt er á.

Sjálfbirting getur hjálpað fólki að líka við þig meira. Sjálfbirting vísar til þess að birta upplýsingar um sjálfan sig sem eykur áhuga og tilfinningalega fjárfestingu annarra í þér, sem gerir fólk nær og opnara um að deila sjálfum sér fyrir vikið. Sjálfbirting virkar vegna þess að hún lætur þig líta út fyrir að vera þrívídd manneskja sem aðrir geta tengst og líða vel í kringum; þegar aðrir segja frá sjálfum sér líka - þannig byrja raunveruleg tengsl.

Hefurðu upplifað þetta áður? Kannski. Kannski var samband þitt í besta falli frjálslegt, en tók skyndilega upp spíral þegar annar eða báðir aðilar tóku skref til að sýna sig tilfinningalega og opna sig meira - þetta gerist venjulega ekki strax, þó; svo, eins og í fyrstu meginreglunni um viðskipti, þarf einhver að hefja þessa breytingu með því að gera fyrsta skrefið og hefja breytingar sjálfur.
Með því að deila upplýsingum um sjálfan þig til að hvetja annan til að opinbera sjálfan sig frjálsari gætirðu aukið líkurnar á því að gera það sjálfur.

Því miður stendur þú enn og aftur frammi fyrir þeirri ábyrgð að skapa líkindi meðal jafningja þinna.

Deildu meira
Núna er tíminn þegar það getur verið krefjandi að ákveða hvaða upplýsingar á að birta um sjálfan þig, allt frá of miklum (TMI) upplýsingum sem gætu fjarlægst fólk til gagnlegra og persónulegra hluta sem auka líkindi (til dæmis: halda sumum hlutum huldu). Fólk hefur tilhneigingu til að skjátlast á því að virðast dularfullt og sjálfsöruggt (minnir "svalan gaur") þegar kemur að því að deila meiru.

Eins furðulegt og þetta kann að hljóma, þá er yfirleitt betra fyrir líkindi þín því meira sem þú gefur upp. TMI (of mikið af upplýsingum) getur í raun aukið líkability því það er hvernig vinir tengjast; ofurhluti án skömm eða hömlunar er í raun litið á sem merki um nálægð, traust og kunnugleika tveggja einstaklinga; Reyndar bendir gamalt ráð til að haga okkur eins og einhver sé nú þegar vinur þinn til að mynda ný sambönd - þannig förum við frá því að vera varin og sjálfsritskoðun í átt að því að vera við sjálf á meðan við afhjúpum hið sanna sjálf okkar á meðan við felum þessa galla!

Þannig að jafnvel þótt þér finnist þú vera að fara inn á TMI-svæðið, þá er það samt betra en að sýna ekki neitt - svo lengi sem fólk man eftir þér sem ekta, óvenjulegum og eftirtektarverðum - með öðrum orðum er mannlegt betra en fullkomið!

Félagsvist getur verið ógnvekjandi. Það er alltaf óttinn, hvort sem hann er raunverulegur eða skynjaður, við að vera dæmdur og ósamþykktur. Við gætum óafvitandi sett upp veggi í kringum okkur til að bregðast við þessum kvíða; að vilja ekki virðast of tilfinningaþrunginn eða veikburða - samt sem áður sýnir undirdeilingar þig sem feimna frekar en sjálfstraust, og skilur eftir óinnblásna útgáfu af sjálfum þér

sem fólk gleymir auðveldlega - eitthvað sem mörgum finnst óþægilegt við fólk sem hefur persónuleikann enn of almennan og blíður þrátt fyrir upphaflega útlitið; kannski uppgötva þeir að allur persónuleiki þinn hefur ekki komið að fullu fram?
Deildu því sem þér liggur á hjarta. TMI (vefþunnur upplýsingar) gæti falið í sér kynferðislega kynni og/eða skoðanir sem eru taldar umdeildar af samfélaginu í heild; Þó að kurteislegt samtal leyfi ekki þessi efni, brýtur náin vinátta oft þessa reglu og því getur það að deila upplýsingum sem þú venjulega ekki deilir of mikið af þeim veitt meiri lyftistöng og skapað líkindi við fólk. Þegar einhver er sammála sjónarmiðum þínum og virðist vera opinn fyrir að vingast við geturðu opnað flóðgáttirnar ef svo má segja.

Um leið og þú opinberar meira af sjálfum þér fyrir öðrum myndast fleiri tengipunktar á milli þín og þeirra. Að opinbera hluti sem þér líkar við eða mislíkar gerir öðrum kleift að tengjast og getur skapað tækifæri til að mynda tengsl sem byggja á líkindum eða ólíkindum hvers annars. Um leið og þú opinberar óskir, skoðanir, ást, hatur, líkar við, líkar ekki við, viðkvæmni minningar tilfinningar hugsanir sögur o.s.frv. ef það virðist of mikið, gerðu grín að sjálfum þér með því að gera grín að sjálfum þér eða afhjúpa vandræðalegt leyndarmál eða með því að deila svívirðilegu en almennt skaðlaus skoðun eða minni...ef þú miðar við einhvern þá ætti það alltaf að vera þú sjálfur þannig!

Ímyndaðu þér að þú í partýi hittir fólk sem þú þekkir ekki mjög vel í fyrsta skipti; venjulega getur þetta verið ógnvekjandi og valdið vanlíðan og höfnun frá þessum ókunnugu fólki. Með því að nota ábendingar úr þessari bók geturðu hins vegar notað sögur um veiði, anime og prjón - áhugamál sem virðast ótengd - sem ræsir samtal til að deila meira um sjálfan þig, áhugamál þín, viðbrögð við aðstæðum og persónuleika almennt.

Allir í herberginu sem líkar við eitt af þessum þremur hlutum (eða geta einfaldlega skilið sjónarhorn þitt á atburði) geta nú tengst þér og kveikt samtal um það sameiginlegt. Allt sem þurfti var að veita frekari upplýsingar eða segja persónulega frásögn - engin þörf á að hætta að birta viðkvæmar upplýsingar!
Ímyndaðu þér þetta: Gefðu upp þrjár upplýsingar eða setningar þar sem þú myndir venjulega svara með aðeins einni, til að auka sjálfsbirtingu. Jafnvel þótt helgin þín hafi verið leiðinleg skaltu samt nefna þrjár upplýsingar svo fólk hafi eitthvað til að vinna með ef þörf krefur. Þó að þetta gæti verið óviðeigandi í fyrstu, gæti það hjálpað til við að sýna hversu lítið af sjálfum þér þú opinberar öðru fólki.

Að deila tilfinningum þínum. Tilfinningar eru öflugar vegna þess að þær eru alhliða. Allir um allan heim, frá Ameríkönum til ástralskra frumbyggja og afrískt Bush fólk deila svipuðum tilfinningum, viðbrögðum og svipbrigðum - vísindarannsóknir hafa jafnvel staðfest þessa staðreynd! Allir menningarheimar um allan heim geta viðurkennt hvað bros og grettur þýða frá öðrum menningarheimum - enn frekari sönnun þess að allir menn finna og tjá tilfinningar á svipaðan hátt.

Svo að tjá tilfinningar þínar og láta aðra vita er örugg leið til að skapa tengsl á milli fólks. Með tjáningu opnum við frumlegar, alhliða og óorðrænar samskiptaleiðir; verða mannlegri og tengdari þegar við deilum tilfinningum okkar; öðrum finnst þægilegra að tjá sitt sem og að vera sammála eða ósammála þínum þegar þú þorir að vera hreinskilinn um þitt. Með því að deila frjálslega og af öryggi kemur það til kynna að það sé í lagi að þau tjái sig frjálslega með okkur líka - eins og að tala um hversu hamingjusöm eða sorgmædd eitthvað gerir okkur öll - þetta byrjar samtöl sem leiða til dýpri samræðna en áður!

Að nýta tilfinningar sem annað fólk hefur tilhneigingu til að deila ekki getur verið sérstaklega áhrifaríkt til að skapa sterk tengsl við það. Til dæmis, að segja hversu ánægður maður er yfir nýbökuðu sælu mun líklega fá jákvæð viðbrögð, en kannski myndi fólk bregðast betur við ef þú deilir skemmtilegri en samt vandræðalegri sögu af einhverju óvæntu sem gerðist í lífi þínu. Við erum öll með félagsgrímur; með því að sýna tilfinningar sem sýna fólki raunverulegan mann á bak við þessar grímur muntu ná mun dýpri tengingum.

Deildu persónulegum sögum. Að gera þetta hjálpar þér að virðast raunverulegri og þrívíddar; þó okkur líði kannski öðruvísi stundum.
Á hverjum degi stöndum við frammi fyrir svipuðum aðstæðum og baráttu. Allt frá því að bursta tennur og hata að vakna, til vinnu eða einhvers konar verkefnis. Líklega ertu með einhvern hluta lífssögu þinnar sem fólk getur samsamað sig; þetta hjálpar þeim að líða nær þér og hlæja að því hvernig þau gengu í gegnum svipaðar raunir; oft leiðir þetta þá í eigin ferð til að deila sögum innblásnum af þinni!

Einfaldlega að segja meira og deila hlutum sem þú myndir venjulega ekki deila er lykillinn að því að verða ekta og sjálfsprottinn við aðra, skapa fleiri samtöl upp úr þurru. Að hugsa upphátt hjálpar líka - bara það að gera meiri hávaða getur aukið hversu margar hugmyndir streyma út úr heilanum á hverjum tíma!

Getur verið ógnvekjandi: þér hefur líklega verið kennt frá barnæsku að halda þér út af fyrir sig og vera einkamál, en núna finnurðu sjálfan þig að ganga gegn margra ára kenningum með því að deila meira um sjálfan þig en þér þykir þægilegt. Áhyggjur af því að öðrum gæti fundist sagan þín of persónuleg geta komið upp sem og að velta því fyrir sér hvort einhverjum sé sama um hver skoðun þín eða skrýtin saga gæti verið; en fólk bregst í raun mjög jákvætt við þegar aðrir opna sig meira sjálfir þar sem það býður upp á meiri einlægni og slökun meðal jafningja; þú munt eiga auðveldara með að fanga athygli þeirra, byggja upp tengsl og skemmta þér með því einfaldlega að deila meira af sjálfum þér!

Samt sem áður ætti að gæta þess að skyggja ekki á flæði samtalsins með því að leggja alla áherslu á sjálfan þig. Allar stöðluðu reglurnar gilda enn: hlustaðu, spyrðu spurninga og deildu frekar en að nýta sér hvert tækifæri til að tala. Aðeins þá er viðbótarmiðlun ekki viðeigandi - t.d. trufla sögu einhvers annars svo þú getir deilt meira! Enginn að dæma

Ef þú ert enn óákveðinn um að birta fleiri persónulegar upplýsingar í félagslegum aðstæðum, þá eru hér nokkrar rannsóknir sem styðja kosti þess.

Hilton og Fein fóru í rannsókn árið 1989 til að skilja hvað veldur því að fólk dregur upp dóma, forsendur og staðalímyndir um aðra. Hvers vegna voru sumir einstaklingar svona fljótir að draga ályktanir án þess að rannsaka nægjanlega staðreyndir eða ástæður?

Vísindamenn komust að því að þegar fólk skorti upplýsingar um viðfangsefni eða manneskju, byrjaði heilinn að fylla í allar eyðurnar með staðalímyndum af almennum framsetningum. Ef ég lýsi einhverjum sem tilheyrandi sveitaklúbbi, keyrir dýran bíl, spilar tennis og fílar lacrosse þá er líklegt að þú myndar þér ímynd í hausnum á þér af svona manni; næstum eins og við vörpum hlutdrægni okkar og forsendum yfir á aðra -- því óljósari sem myndin verður, því meira pláss er eftir fyrir persónulega túlkun!

Rannsóknir Hilton og Fein leiddi í ljós að það eitt að gefa tilviljunarkenndar upplýsingar um einstakling gæti dregið úr staðalímyndum, aukið traust á milli fólks og þannig hjálpað til við að breyta einstaklingum úr staðalmyndum hópa í einstaka einstaklinga; Þegar takmarkaðar upplýsingar eru til höfum við tilhneigingu til að gera ráð fyrir að allir passi fullkomlega við það sem lýst er sem staðalímyndum þeirra.

Þegar við fáum meiri upplýsingar um einhvern í einhverju tilliti, gerum við okkur grein fyrir því að við getum ekki skilgreint hann með aðeins einum eða tveimur eiginleikum, og hættum því að staðalímyndir og dæma. Þú getur fengið fólk til að líka við þig meira, staðalímynda þig minna og tilfinningalega fjárfest meira með því að gefa að því er virðist ómarkvissar upplýsingar um líf þitt - eins og að segja að þú hafir gaman af anime, prjóni og veiði; að veita slíkar upplýsingar gæti farið langt í að hætta við forsendur sem fólk hafði gert um anime aðdáendur sem gætu haft óhagstæðar forsendur; þetta gæti hjálpað fólki að átta sig á: "Ó nei staðalímynd; hér liggur flókin manneskja!"

Fólk lítur oft á TMI sem óþægilegt félagslegt gervi; þó, í raun getur það í raun gert þig viðkunnanlegri og áreiðanlegri. Hugleiddu hvern þú kýst sem kunningi - einhver sem er yfirvegaður, afar fær og tilfinningalega stilltur - vs. einhvern sem er í lagi með að deila persónulegum göllum á meðan hann er nógu öruggur til að segja skoðanir án afsökunar? Auðvitað væri æskilegra ef þessar upplýsingar um þig væru jákvæðar frekar en hlutlausar!

Með því að deila, að því er virðist, léttvægum upplýsingum um sjálfan þig, hjálpar þú öðrum að finnast þeir þekkja þig og hætta að gefa sér forsendur um hver þú ert. Fólk verður minna tortryggilegt og er tilbúnara til að njóta vafans í samskiptum við þig - þú verður með öðrum orðum minni ógn og líkari kunningi! Með því að veita fleiri og fleirum innsýn um sjálft sig þegar fólk byrjar að treysta þér betur - þannig að þú verður meiri vinur!

Sama hvort upplýsingarnar sem þú deilir eiga beint við sjálfsmynd þína, feril, óógnandi eðli eða líf; jafnvel smáatriði sem virðast óviðkomandi eins og val á gleraugu og litavali gætu reynst ómetanleg til að eyða staðalímyndum og forsendum annarra um þig. Með því að hafa fleiri upplýsingar tiltækar um sjálfan þig þarna úti, getur fólk ekki dæmt og staðalmyndað þig vegna þess að vantar forsendur og staðalmyndir sem eru gerðar um þær.

Hvað ef, til dæmis, við myndum komast að því að einhver sem spilar tennis og tilheyrir sveitaklúbbi hefði komið úr fátækt sem börn áður en hann fór í háskóla á tennisstyrk og ók öldruðu farartæki og vildi frekar burrito sem mat? Myndi það breyta skoðunum okkar á þeim? Klárlega. Í stað þess að staðalímyndir og alhæfa fleiri forsendur um þær eins og áður var gert með minni upplýsingum sem við höfum nú um þær, mun skilningur okkar nú fara fram úr öllum staðalímyndum eða alhæfingum sem þær passa inn í og í vissum skilningi ætti þetta að gera það ómögulegt að passa þær inn í hvaða flokk sem er eða alhæfing ómögulegt. - fólk dæmir þig fyrir það sem það sér ekki og öfugt!

Fólk verður að þrívíddarpersónum um leið og frekari upplýsingar berast okkur; Þetta eru ekki lengur flatar kvikmyndapersónur, heldur hluti af forvitnilegri frásögn sem er sannfærandi og grípandi. Skilningur okkar dýpkar og á endanum komumst við að því að menn eru flóknar sameiningar sem geta ekki passað vel inn í neina staðalímynd eða kassa; í raun og veru hefur þú ekki gert neitt sérstaklega merkilegt, né gefið upp nein viðeigandi eða nauðsynleg gögn eða innsýn.

Ofdeiling til að auka líkindi hjálpar fólki að líða eins og það þekki mismunandi hliðar á þér og auðveld leið til að gera það er með óumbeðnum upplýsingamiðlun. Þegar einhver spyr þig um helgina þína skaltu ekki gefa staðalinn "Gott, hvernig var þín?" svar - gefðu upp þrjú til fjögur aðskildar upplýsingar þegar þú svarar auðveldum spurningum í staðinn og skapaðu þannig þann vana að gefa frekari upplýsingar, sem gerir samtalið betra að flæða allan hringinn. Hér er dæmi um núlldeilingu, takmarkaðar upplýsingar skipst á, dómgreind og staðalímyndir eiga sér stað í staðinn.

Hvaðan ertu?
Hugur þinn fer sjálfkrafa að hverjar sem staðalmyndir þínar um Oklahoma eru þegar þú hittir einhvern frá því ríki. Án þess að vita neitt annað um þá, eða reynslu þeirra þar, er allt sem eftir er til að dæma þann einstakling einn eiginleiki sem skilgreinir hann: uppruna þeirra í Oklahoma.

Hér er dæmi um hvers vegna það getur verið hagkvæmt að veita óumbeðnar upplýsingar.

Hvaðan ertu?
Þó að ég hafi fæðst í Oklahoma, koma foreldrar mínir frá Frakklandi svo ég eyddi stórum hluta bernsku minnar í að heimsækja Frakkland oft. Auk þess á ég átta hunda!

Reyndu nú að setja þessa manneskju í kassa. Þetta getur samt verið sami einstaklingurinn, en vegna svo mikilla upplýsinga sem til eru um hann getur það orðið næstum ómögulegt. Með því að vita meira um þá hafa þeir orðið tengdari og áhugaverðari. Og þú gætir jafnvel orðið forvitinn þegar þú veltir fyrir þér hvers vegna átta hundar?

Að deila óumbeðnum upplýsingum gerir það miklu auðveldara fyrir aðra að tengjast þér. Þegar þú gefur upp upplýsingar um líf þitt geta þeir auðveldlega fundið sameiginlegan grundvöll og myndað sambönd. Með því að deila nánum eða persónulegum upplýsingum um sjálfan þig með öðrum byrjar það líka að byggja upp traust á meðan það sýnir varnarleysi.

Eftir því sem meira efni verður aðgengilegt skapast fleiri tækifæri fyrir fólk til að finna tengsl og mynda þroskandi tengsl.

Arthur Aron uppgötvaði árið 1997 að miðlun gekk lengra en einfaldlega að draga úr dómhörðum skoðunum annarra; það skapaði líka tilfinningalega nálægð og fjárfestingu milli þeirra sem hlut eiga að máli. Reyndar var talið að það væri betur tekið á móti því að deila nánari eða ítarlegri upplýsingum.

Hann skipti þátttakendum í tvo hópa. Einn hópur spurði hver annan 36 persónulegar, innilegar spurningar eins og "Hver er hræðilegasta minning þín?" og "Hver er þín dýrmætasta minning?" að afhjúpa veikleika og óöryggi; hins vegar var öðrum hópnum aðeins sagt að taka þátt í yfirborðskenndum smáræðum um hversdagsleg málefni.

Fólk hefur almennt ekki gaman af því að taka áhættu, en þátttakendur þessarar rannsóknar voru tilbúnir að fylgja leiðbeiningum og gera einmitt það. Flest okkar óttast að móðga aðra eða sýna of mikið af okkur sjálfum, sem getur verið skelfilegt. Samt þróuðu þeir sem fengu það verkefni að spyrja hver annan viðkvæmar eða uppáþrengjandi persónulegar spurningar meira traust, samband og gagnkvæma þægindi sín á milli; jafnvel þó að þau hefðu ekki þekkst fyrir þessa rannsóknarrannsókn; hér eru nokkur dæmi um spurningar sem spurt var:

1. Langar þig að verða frægur og af hvaða ástæðu?

Sönn gildi einstaklings eða það sem hann telur sig vera fær um getur gefið okkur hugmynd um dýpstu langanir hans og fantasíur.

2. Ef þú gætir lifað til níræðis og bjargað annað hvort huga eða líkama venjulegs þrítugs manns, hvað myndir þú þurfa til að taka það val?

Eftir því sem þú lærir meira um hvern einstakling öðlast þú skilning á gildum hans - bæði líkamlegum og andlegum. Að auki veitir þetta þér innsýn í hvort þeir séu heiðarlegir eða óheiðarlegir.

3. Hverju myndir þú breyta um hvernig þú varst alinn upp?

Að öðlast innsýn í fortíð og sögu einstaklings. Afhjúpa eftirsjá hans og hvort æska þeirra hafi verið hamingjusöm. Að uppgötva nokkur djúpt persónuleg leyndarmál gæti verið heillandi!

4. Hvaða eiginleika myndir þú vilja hafa þegar þú vaknar á morgun?
Með því að spyrja einhvers þessarar spurningar geturðu fengið innsýn í væntingar hans og gildi í lífinu. Þeir kunna að bregðast við með þeim eina eiginleika eða eiginleika sem eru mikilvægastir fyrir þá eða þætti sem þeim finnst þeir skorta í sjálfum sér.

5. Hefur þig langað að gera eitthvað en hefur ekki gefið þér tíma? Af hverju hefurðu ekki tekið skref í átt að því ennþá?

Fólk á sér allt drauma og eftirsjá; með því að spyrja einhvers þessarar spurningar geturðu uppgötvað þeirra sem og eftirsjá hans yfir að hafa ekki náð þessum markmiðum fyrr en síðar. Með því að vera fyrirbyggjandi við að gera þetta sjálfur, þá gerir það að spyrja þessarar spurningar að manneskjan sem þú spyrð er viðkunnanlegri vegna þess að þú ert að ýta honum í að lifa draumnum sínum í stað þess að bíða þangað til seinna með að gera það sjálfur.

Hinum hópnum tókst hins vegar ekki að koma á slíku trausti, sjálfstrausti og nánd - þeir héldu sig í rauninni á fyrstu stigum tilfinningalegrar nálægðar. Aron sýndi fram á að þegar þú deilir upplýsingum með öðrum líkar þeim við þig meira og finnst þeir vera nánar. Þekkingarmiðlun táknar ekki lítið skref í átt að því að byggja upp sterkari tengsl heldur ótrúlegt tækifæri til að komast lengra en ókunnugir í náin. Smámál er miklu meira en bara smáræði; það er gríðarlegt skref í átt að þroskandi vináttuböndum.

Samkvæmt rannsókn Theodore Newcomb hefur fólk tilhneigingu til að líka við þá sem eru líkir sjálfum sér - áhrif sem kallast líkindi-aðdráttarafl. Newcomb mældi skoðanir þegna sinna á efni eins og kynhneigð og stjórnmálum áður en hann setti þau saman í húsnæðisskyni í einu húsi; þeir sem deildu svipuðum sjónarmiðum urðu venjulega vingjarnlegri við lok tilraunar hans en þeir sem höfðu ólík sjónarmið.

Að auki uppgötvuðu vísindamenn frá háskólanum í Virginíu og Washington háskólanum í St Louis að nýliðar í flughernum höfðu tilhneigingu til að ná betur saman við nýliða flughersins sem deildu fleiri neikvæðum en jákvæðum persónueinkennum. Það þarf ekki að vera nákvæmlega þannig -- þú þarft ekki endilega að vera sammála -- en með því að deila meira um sjálfan þig gætirðu uppgötvað líkindi sem munu hjálpa öðrum eins og þig hraðar.

Jafnvel þótt þú finnir ekki að lokum neitt sameiginlegt með einhverjum, mun heiðarleg, hreinskilin og örugg hegðun þeirra samt vera vel þegin af öðrum. Fólk elskar að gagnrýna ákveðnar persónur eða frægt fólk - kannski þekkir þú einhverjar? Það gerir þær ekki síður viðkunnanlegar!

Ósvikið fólk er almennt viðkunnanlegra og aðlaðandi - jafnvel þó þú sért ósammála skoðunum þeirra!

Hugleiddu hvað var fyrst í huga þínum þegar þú hittir einhvern nýjan á netviðburði eða veislu: leitin að líkindum. Þetta gæti falið í sér; Hvaðan ertu? Hvern þekkir þú hér?Var þetta góð helgi fyrir þig?Í hvaða skóla gekkst þú? Fer þessi manneskja aftur heim þegar fríinu lýkur? Þó að þetta gæti hafa verið nokkrar algengar spurningar sem spurt var á þessum tegundum samkoma; það voru örugglega aðrir.

Hver eru áætlanir þínar (WGAPs)
Þó að slíkar spurningar kunni að virðast eins og venjulegar smáræðisspurningar, þá spyrjum við þær oft óafvitandi ekki vegna þess að þær munu hjálpa til við að brjóta ísinn en eins og þú hefur líklega upplifað, hafa þær tilhneigingu til að leiðast fólk strax og geta leitt til óþægilegra þagna á milli spurninga.

Sem manneskjur höfum við tilhneigingu til að spyrja þessara spurninga án þess að hugsa. Undirmeðvitund okkar vill að við finnum sameiginleg atriði; að "ég líka!" augnablik sem kveikir dýpri umræðu. Svo þegar við spyrjum „Hvar fórstu í skóla?,“ til dæmis, er markmið okkar að þeir fari annað hvort í háskólann okkar eða háskólann með sameiginlegum vinum sem gæti leitt okkur til frekari samræðna og dýpri umræðu. Þegar spurt var „Hvar fórstu í skóla?,“ til dæmis, vonum við að þeir hafi sótt stofnun sem við deilum vináttuböndum við eða sótt. Þegar spurt var "Ó! Þvílíkur lítill heimur...Þekkirðu James Taylor sem fór líka þangað um þinn tíma?" Oft er framhaldsspurningin eitthvað á þessa leið: "Ó! Þvílíkur lítill heimur. Þekkir þú James Taylor sem líka sótti háskólann á þínum tíma."

Þó að þú gerir þér kannski ekki grein fyrir því, þá ertu stöðugt að leita að líkindum sem koma á vináttu og skapa þægindi milli einstaklinga. Að deila þeirri tilfinningu getur samstundis aukið samband.

Þó að við gætum viljað halda að við séum víðsýn og getum umgengist fólk af ýmsum uppruna og uppruna, þá er raunveruleikinn að við höfum tilhneigingu til að mynda dýpri bönd við þá sem okkur finnst líkir - í raun leitum við eftir þeim!

Þess vegna eru til hverfi eins og Little Italy, Chinatown og Koreatown.
En ég á ekki bara við hvað varðar kynþátt, húðlit, trúarbrögð eða kynhneigð - það sem ég á við er fólk sem deilir gildum okkar, heimssýn og sýn á hlutina jafn mikið og við - hugtakið fuglar af fjöður hefur tilhneigingu til að eiga við hér - þessi hegðun stafar af því hvernig tegundin okkar þróaðist: þegar þú gengur út á túndru eða skóga eru líklega dýr sem reyna að drepa þig og þú myndir ósjálfrátt forðast ókunnuga eða erlenda einstaklinga og hluti sem virtust framandi eins og þú myndir líklega horfast í augu við hætta af þessum hótunum!

Líkindi hjálpa okkur að mynda sterkari tengsl við fólk vegna þess að það virðist skilja okkur nánar en aðrir einstaklingar. Að deila jafnvel einu markverðu líki leiðir til þess að við lítum á þá sem samtíma okkar eða framlengingu á okkur sjálfum - það gerir tengingarferlið einfaldara og þú vilt vera nálægt þar sem þessi manneskja skilur reynslu þína meira en flestir aðrir.

Ímyndaðu þér að þú sért fæddur í sveitaþorpi í Suður-Afríku sem hefur 970-1.000 íbúa og að þú býrð núna í London þar sem þú ert að mæta í veislu sem einn vinur þinn heldur - aðeins átta árum eldri og samt höfðuð þið aldrei hitt hvort annað áður núna.

Hvaða fyrstu sýn muntu mynda þér gagnvart þessari annarri manneskju og eiginleikum hennar? Verða hlýjar tilfinningar á milli ykkar strax, forsendur gerðar um þær og framtíðaráætlanir um að tengjast? Geturðu rætt innra brandara eða áhugaverða staði sem aldrei hafa komið upp áður við nokkurn annan áður?

Vonandi undirstrikar þessi skýring mikilvægi líkinda og getu þess til að mynda samtalsbrýr.

Við fyrstu sýn gætu smáspjallspurningar virst vera skilvirk og áhrifarík leið til að afhjúpa líkindi milli einstaklinga, en það gætu verið betri aðferðir. Ein slík leið væri að virka leit að líkindum eða skapa þau; hvort tveggja krefst átaks og frumkvæðis af okkar hálfu.

Að leita að líkt þýðir að spyrja ígrundaðra spurninga við fólk og nota svör þess sem grunn til að sýna fram á líkindi, sama hversu lítil sem þau eru.
Byrjaðu smátt. Spyrðu spurninga til að læra hvað fólki líkar, mislíkar og hvernig það hugsar; leitaðu síðan innra með sjálfum þér til að bera kennsl á lítil sameiginleg einkenni eins og uppáhalds hafnaboltalið eða áfengisdrykki sem geta leitt til dýpri tengsla - hvort sem þessi líkindi eru hafnaboltalið eða drykkir! Með tímanum muntu

uppgötva hvað hvetur fólk og finna dýpri sem þú tengist samstundis; alveg eins og það væri frábært að hitta einhvern frá þessum litla suður-afríska bæ eða deila áhuga þínum á óljósu áhugamáli!

Ekki lengur þarf að byggja upp sambönd ár eða mánuði, eða sérstakar aðstæður eins og boot camp saman; frekar, allt sem það krefst er að horfa út fyrir sjálfan þig og átta sig á því að fólk deilir svipuðum viðhorfum, reynslu og tilfinningum - þú verður bara að uppgötva þær! Vertu ánægð með að spyrja spurninga og rannsaka dýpra en eðlilegt er fyrir þig (er að spyrja fimm spurninga í röð fyrir þig? Það ætti ekki að vera). Jafnvel þó að það gæti fundist uppáþrengjandi í fyrstu - finndu þá og notaðu þá!

Speglun er aðferð til að skapa líkindi með því að afrita líkamstjáningu fólks, raddtón, talhraða og útlit til þess að framkalla jákvæðnitilfinningu (Anderson 1998). Settu þig einfaldlega þannig að þú líkist öðrum til að upplifa tilfinningar um líkindi - allt frá því hvernig þeir setja sig fram til bendinga sem þeir gera!

Speglaðu orð þeirra, raddblæ og hátterni sem tilraun til að sýna fram á að þú deilir svipuðum gildum sem gætu hjálpað til við að efla náin tengsl. Mundu að speglun snýst ekki bara um að afrita aðra í heildsölu; frekar ætti það að sýna þeim að þér þykir nógu vænt um að endurtaka sig á einhverju stigi.

Starf þitt sem spegill ætti að vera að endurtaka líkamleg merki, bendingar, töfrabrögð og framkomu sem einhver sýnir þegar hann talar - til dæmis ef hann notar margar bendingar þegar þú talar ættir þú að spegla þessa hegðun sjálfur og öfugt; á sama hátt ef líkamstjáning þeirra felur í sér að halla sér fram eða krossleggja handleggina ítrekað ættir þú að afrita þetta sjálfur.

Endurtaktu munnlega tjáningu þeirra og tjáningargetu - raddblær, beygingu, orðaval, slangur-/orðaforðanotkun, tilfinningalega tóntón/spennu og orkustig - til að auðveldara sé að greina líkindi. Þegar þú deilir persónulegum upplýsingum er líklegra að þú uppgötvar þær fljótt.

Fullyrðing 1: Hefur þú farið á skíði nýlega?

Fullyrðing tvö: Þú fórst á skíði í síðasta mánuði með bræðrum þínum tveimur og fótbrotnaði næstum í skíðaferð þinni.

Hvaða sögu er auðveldara að tengjast og finna sameiginlegan grunn í? Auðvitað, önnur útgáfan þar sem það er þrisvar sinnum meiri upplýsingar. Ef þú átt í erfiðleikum með að tengjast öðrum eru allar líkur á að þú sért að leita að líkingum án þess að deila neinu sjálfur.

Ef að deila jafnvel litlum smáatriðum finnst þér óþægilegt og þvingað, gæti það verið vísbending um að samtalsfélagar þínir hafi ekki mikið efni til að vinna með þegar þú svarar þér. Þegar aðrir búast við virkum skiptum fram og til baka en verða í staðinn þeir sem tala allt á meðan þú situr í óþægilegri þögn og veltir því fyrir þér hvers vegna enginn virðist hafa áhuga.

Eins og oft vill verða, mun það að venjast óþægindum aðeins styrkja og bæta sjálfan þig í framtíðinni.

Gagnkvæm mislíkun getur verið alveg eins ánægjuleg og jafnvel skemmtilegri en sameiginleg líkindi. Hefur þú tekið eftir því hvernig það er stundum óhjákvæmilegt að jákvæð samtöl verði neikvæð í staðinn, þar sem kvartanir á milli hvers aðila verða umræðuefni?

Samtöl með áherslu á neikvæðni geta virst óþörf í leit þinni að tengingu; þó ætti að líta á þær sem nauðsynlegar vegna þess að neikvæðni er svo mikil tilfinning.

Íhugaðu hvers konar umsagnir þú gætir lesið þegar þú skoðar nýjan veitingastað: þú gætir rekist á annað hvort jákvæða og hrífandi dóma eða, líklegast, umsagnir fylltar reiði og fjandskap sem munu hvetja þig sem matsöluaðila til aðgerða. Hatur getur hvatt okkur eins og ekkert annað!

Sumir sambandsráðgjafar hafa gengið svo langt að gefa til kynna að eitt merki um mjög farsæl sambönd sé að geta mislíkað svipaða hluti og fólk.

Neikvæðni ætti aldrei að líta á sem neikvæða; þetta er einfaldlega önnur tilfinning og því meira sem þú getur búið til í samskiptum, því meiri verða áhrif þeirra.

Það sem skiptir máli á endanum er að koma saman aftur. Hugsaðu til baka til allrar vináttu sem myndast í herbúðum þar sem þjáningum var deilt á milli allra; eða kennarar eða morgundagskrár sem þér líkar mjög illa við; þessar tegundir skuldabréfa hafa skapað mörg varanleg tengsl - það væri skynsamlegt að brjótast ekki of auðveldlega úr þeirri hringrás.

Fyrsti kafli - Koma í veg fyrir slæm samskipti.

- Margir eiga í erfiðleikum með að vera heillandi í samtölum vegna misskilnings á hugtakinu heilla; þó, hver sem er getur þróað karisma með æfðum færni.

- Speglun er áhrifarík leið til að byggja upp samband. Speglun getur átt sér stað munnlega, óorðlega eða tilfinningalega og er notað af mörgum menningarheimum um allan heim til að tjá skilning og byggja upp samband. „Þrjár regla" Albrechts veitir leiðbeiningar um að eiga yfirveguð samtöl þar sem þú hlustar á réttan hátt - þetta þýðir að nota yfirlýsingar (staðreyndir eða skoðanir settar fram sem staðreyndir), Spurningar eða Qualiiers ("mýkingarefni"). Til að halda hlutunum í jafnvægi á milli hverrar yfirlýsingu ættu að vera spurningar eða mýkingarefni á milli. Með því að nota „regluna um þrjú" Albrechts getur það hjálpað til við að koma jafnvægi á samtöl - notaðu spurningar eða mýkingarefni ef þörf krefur til að viðhalda jafnvægi - farðu ekki yfir meira en þrjár yfirlýsingar innan þriggja fullyrðinga í röð áður en þú notar spurningar eða mýkingarefni ef þörf krefur!

- Á sama hátt getur Anchor Reveal Encourage (ARE) aðferðin hjálpað þér að tala auðveldlega. Finndu fyrst upplifun sem deilt er á milli ykkar beggja; opinbera eitthvað persónulegt tengt þessu akkeri; hvettu síðan báða aðila til að leggja sitt af mörkum að vild með því að hvetja líka til að deila þeim.

- Mundu eftir skammstöfuninni FORM þegar rætt er um smáræðuefni: Fjölskylda, Atvinna, Afþreying (áhugamál og áhugamál) og Hvatning (markmið).

- Forðastu löng svör með því að hafa 1 mínútu umferðarljósaregluna í huga. Eftir að 30 sekúndur eru liðnar, líttu á þann tíma sem grænt ljós þitt til að tala, þar sem appelsínugult er notað sem tækifæri til að breyta og tala frjálst í 30 sekúndur í viðbót eða svo.

- Ein mínúta er talin ákjósanlegur lengd fyrir flestar kynningar; út fyrir þennan tímaramma getur það leitt til áhugalausra hlustenda og of löng útskýring gæti valdið því að þeir falli alveg út. Mundu að hafa það stutt!

Kafli 2. Tenging undir yfirborðinu

- Samtalsheill felur í sér að tengjast öðrum á ósvikinn hátt. Í fyrsta lagi skaltu fjarlægja þig frá sjálfhverfa hugsun með því að fresta dómgreind og setja til hliðar umræður um samkomulag/ágreining. Vertu gaum á hverri samræðustund á meðan þú hlustar á virkan hátt - sama hvert efnið er! - og forðastu löngunina til að tengja allt sem þeir segja beint aftur við sjálfan þig!

- Haltu áfram smám saman í gegnum öll þrjú stig sambandsins með því að gefa viðeigandi upplýsingar sem gefa til kynna traust og vilja til að tengjast. Létt uppljóstrun gæti falið í sér að deila vandræðalegri sögu. Miðlungs upplýsingagjöf felur í sér að ræða skoðanir og dýpstu tilfinningar. Og mikil upplýsingagjöf felur í sér að deila persónulegum veikleikum. Ekki vera alveg opin bók; veldu hver þú afhjúpar leyndarmál þín líka.

- Notaðu tengingarsögur til að deila hver þú ert með öðrum; frekar en að segja frá þurrum staðreyndum, deildu sögum sem sýna í raun hver þú ert sem manneskja.

- Að vera karismatískur þýðir að sýna að þú sért að fylgjast með með því að merkja upplifun eða tilfinningar einhvers annars, nota setningar eins og "það virðist eins og" og "það hljómar eins og" til að umorða og sýna samkennd skilning þinn.

- Að lokum, ekki vera leiðinlegur! Leiðinlegir eiginleikar eru meðal annars þeir sem draga úr skemmtun. Vertu óformlegur og afslappaður í samtölum án þess að reyna of mikið til að sýnast klár eða hljóma gáfaður.

Kafli 3. Horfðu á það sem þú segir...

- Rödd þín er áhrifaríkur orðlaus samskiptamaður. Vertu meðvitaður um tónhæð, hljóðstyrk, framsetningu og hraða til að tryggja að það nái þeim áhrifum sem þú vilt. Æfðu þig til að tryggja að þú hafir tilætluð áhrif.

- Taugavísindamaðurinn Antonio Damasio uppgötvaði að fólk tekur ákvarðanir byggðar á tilfinningum frekar en rökfræði - þetta gæti útskýrt hegðun þína.

- Þegar reynt er að mynda þýðingarmikil tengsl við aðra er það sem skiptir máli að vita við hvern á að tala.

- Búðu til samtöl sem finnast rík, full og „fullkomin". Byrjaðu einfaldlega að segja sögu án þess að ljúka henni svo þú getir snúið aftur síðar ef samræðurnar stöðvast.

- Tungumál sem er ferskt, nýstárlegt og líflegt mun stuðla að meira grípandi tali. Notaðu myndlíkingar til að útskýra flókin efni í skyldum skilmálum; tengjast tilfinningalega með því að nota sannfærandi tungumál eða lifandi myndir; láttu eldmóðinn sýna sig!

- Hafðu í huga að samtöl ættu að einbeita sér að því að tengjast og hlusta frekar en að keppa eða koma fram, með því að nota "já og" úr spuna gamanleik sem leiðarljós mun halda hlutunum opnum og kraftmiklum. Gefðu upp fyrirfram ákveðnum hugmyndum um markmið samtalsins og fylgdu einfaldlega því sem kemur í ljós - samtalið þitt mun verða eðlilegra, ánægjulegra og tengt fyrir vikið!

Kafli 4. Samskipti án orða (...og hvað má ekki segja)

- Það sem þú segir ekki getur líka verið jafn mikilvægt. Þegar þú talar, vertu viss um að hafa hlé á viðeigandi augnablikum til að koma á framfæri trausti eða áherslu og gefa áhorfendum nægan tíma til að vinna úr því sem þú hefur sagt.

- Notaðu Pareto meginregluna, einnig þekkt sem 80-20 reglan, og miðaðu að því að leggja áherslu á að gera samtal þitt að 80% um aðra og 20% um sjálfan þig. Hlustaðu, spurðu spurninga og taktu eftirtekt frekar en að þvinga tiltekið efni upp á aðra manneskju eða trufla.

- Vertu meðvituð um örtjáningu (smáar, hraðar andlitshreyfingar), sérstaklega ef þær virðast vera í ósamræmi við það sem einhver er að segja. Örtjáningar sýna raunverulegar tilfinningar sínar.

- Að fylgjast með tilfinningum þeirra mun gefa þér meiri skilning á ástandi þeirra.

- Gefðu gaum og tryggðu að svörin séu fljótleg; fólk hefur tilhneigingu til að bregðast fúsari við þegar hlutirnir eru áfram lágstemmdir og móttækilegir.

- Hins vegar getur verið best að hætta samtali sem virðist stöðnuð frekar en læti þegar hlutirnir virðast hafa dáið niður.

- Ef þú finnur þig á leiðinni í átt að átökum skaltu taka skref til baka og meta hvort ummæli einhvers endurspegli vitræna ósamræmi; ef svo er, farðu í burtu og reyndu að koma á sambandi aftur í stað þess að ýta lengra - ýta mun aðeins bjóða upp á meiri mótstöðu! Vertu á varðbergi gagnvart því að hafa ósamrýmanlegar eða óraunhæfar skoðanir sjálfur!

Kafli 5. Auktu samtalsgreind (CQ)

- Að verða heillandi krefst þess að rækta félagslega vitund og samtalsgreind. Til að ná þessu þarf samúð og getu til að stíga út fyrir raunveruleikabóluna þína til að þekkja alla blinda bletti sem þú gætir haft þegar þú talar.

- Gerðu aldrei ráð fyrir að annað fólk hugsi, finni eða trúi eins og þú eða að upplifun þeirra af samtölum passi við þína. Hlustaðu vel þegar aðrir deila með þér og vertu með opinn huga; frekar en að gefa sér forsendur og getgátur.

- Öfugt við hefðbundnar ráðleggingar varðandi smáræði geturðu byggt upp samband við ókunnuga með því að fara vísvitandi dýpra við þá - og slík samtöl geta reynst minna óþægileg en búist var við. Gættu þess bara að kvarta ekki eða neyða fólk til að bregðast við á sérstakan hátt.

- Notaðu kaldlestrarreglur til að sýna fram á að þú sért að hlusta og skilur þarfir þeirra með því að bjóða upp á þátttöku, koma með miklar líkur á almennum fullyrðingum með litlar líkur á vantrú, gera lítið úr röngum ágiskunum, safna athugunum og safna fleiri sönnunargögnum sem sýna fólki að þér sé alveg sama.

- Fólk hefur tilhneigingu til að hylja löngun sína til að samtöl ljúki með því að vera óbeinar-árásargjarn; flestir vilja að samtöl ljúki fyrr. Vertu öruggur með því að losa þig af þokkafullum hætti með því að bíða eftir viðeigandi tækifæri, hefja jákvæða umræðu, bjóða upp á afsökun og fara með hlýju en líka óróleika.

KAFLI 6. Yfirgripsmikil þemagreining
- Á þessum tímapunkti verður virk hlustun lykilatriði. Þessi tækni felur í sér að taka þátt í samtölum á meðan þú ert á móti; margir gætu ranglega trúað því að

móttaka jafngildi því að sitja rólegur; við bjóðum upp á níu gerðir af svörum fyrir virka hlustun þegar reynt er að skapa djúp tengsl: að skilja, halda í, bregðast við, endurtaka, rifja upp, draga saman að merkja tilfinningar rannsakandi með leiðandi spurningum og þögn eru aðeins nokkrar leiðir til að virk hlustun getur hjálpað til við að dýpka sambönd.

- Ofdeiling kann að virðast vera áhættusöm ákvörðun, en rannsóknir sýna hið gagnstæða: að opna sig fyrir öðrum fær þá til að líka við okkur og treysta okkur meira. Með því að deila sérstökum upplýsingum um sjálfan þig og gefa sérstakar upplýsingar um lífsreynslu, munt þú aðgreina þig frá staðalímyndum á sama tíma og lífið virðist meira heillandi og sannfærandi fyrir aðra.

ENDIRINN

www.ingramcontent.com/pod-product-compliance
Lightning Source LLC
Chambersburg PA
CBHW080252180726
47999CB00018B/2575